அம்பட்டன் கலயம்

பச்சோந்தி

அம்பட்டன் கலயம்	:	கவிதைகள்
ஆசிரியர்	:	பச்சோந்தி
	:	© ஆசிரியருக்கு
முதற்பதிப்பு	:	டிசம்பர் 2018
அட்டைப்படம்	:	ஹாசிப்கான்
பின் அட்டைப்புகைப்படம்	:	ஆ. சரண்குமார்
வெளியீடு	:	வம்சி புக்ஸ்
		19, டி.எம்.சாரோன்,
		திருவண்ணாமலை - 606 601
		9445870995, 04175-235806
அச்சாக்கம்	:	மணி ஆப்செட், சென்னை - 600 077
விலை	:	₹ 80/-
ISBN	:	978-93-84598-62-4

Ambattan kalayam	:	Poems
Author	:	Pachonthi
	:	© Author
First Edition	:	December - 2018
Wrapper Design	:	Haasifkhan
Wrapper Photography	:	A. Sarankumar
Published by	:	Vamsi books
		19.D.M.Saron,
		Tiruvannamalai - 606 601
		9445870995, 04175 - 235806
Printed by	:	Mani Offset, Chennai - 600077
	:	₹ 80/-
ISBN	:	978-93-84598-62-4

www.vamsibooks.com - e-mail: vamsibooks@yahoo.com

மண்டையோடுகளுடன்
போராடிய விவசாயிகளுக்கு

பச்சோந்தி

பச்சோந்தி என்ற பெயரில் எழுதிவரும் ரா.ச.கணேசன் திண்டுக்கல் மாவட்டம் கோவில்பட்டியில் 1984இல் பிறந்தவர். சண்முகம், மாரியம்மாள் இவரின் பெற்றோரின் பெயர்கள். 13 வயதிலியே பிழைப்புக்காக சென்னைக்கு இடம்பெயர்ந்தவர். வேளச்சேரி அரசு மேல்நிலைப் பள்ளியில் பள்ளிப்படிப்பையும் குருநானக் கல்லூரியில் பிஎஸ்சி கணிதமும் படித்தவர். கணையாழியில் மூன்றாண்டுகள் உதவி ஆசிரியராகவும், வம்சி புத்தக நிலையத்திலும் பணி செய்தவர். கடந்த இரண்டு ஆண்டுகளாக ஆனந்த விகடனில் பணிபுரிகிறார்.

இவரது கவிதைத் தொகுப்புகள்

வேர்முளைத்த உலக்கை (2015),

கூடுகளில் தொங்கும் அங்காடி (2016).

அம்பட்டன் கலயம் (2018)

e&mail : pachonthi2013@gmail.com

Cell :   9940460803

நன்றி

ம.ராசேந்திரன் - செல்மா பிரியதர்ஸன் - யவனிகா ஸ்ரீராம் - விக்ரமாதித்யன் - பிரவீன் பஃறுளி - நேசமித்ரன் - ரா.கண்ணன் - கல்யாணராமன் - பரிசல்.சிவ செந்தில்நாதன் - கே.வி.ஷைலஜா - பவா.செல்லதுரை - நக்கீரன் - ந.முருகேசபாண்டியன் - லஷ்மி மணிவண்ணன் -இளங்கோ கிருஷ்ணன் - சுகுணா திவாகர் - கதிர்பாரதி வெய்யில் - நரன் - விஷ்ணுபுரம் சரவணன் - ஹாசிப்கான் - சார்லஸ் - மௌனன் யாத்ரிகா - ஆதிரன் - எஸ்.செந்தில் குமார் - கடலூர் சீனு - அகரமுதல்வன் - திண்டுக்கல் தமிழ்ப்பித்தன் - சபரிநாதன் - தமிழ்ப் பிரபா கனிமொழி.ஜி - தமிழ் அலை இசாக் - பாப்பு கருப்பையா - ஸ்டாலின் சரவணன் - நிலாதரன் - நா.திங்களன் - நா.கோகிலன் - பெருவிஷ்ணுகுமார் - க.அம்சப்பிரியா - வம்சி- ச.துரை - அ.சரண்குமார் சுகன்யா - யாழிசை.

இடைவெளி - சிலேட் - ஆனந்த விகடன் - தடம் - பேசும் புதிய சக்தி படிகம் - மெரினா இலக்கியக் கூடல் - வெற்றிமொழி இலக்கியக்கூடல் - வாசகசாலை- ஆம்பல் இலக்கியக் கூடல் - பொள்ளாச்சி இலக்கிய வட்டம்

ஊர்விலக்கம் பெற்றவனின் பெருநகரப் படிமங்கள்

நாம் வசிக்கும் பிராந்தியத்தில் சக மனிதர்களைச் சந்திப்பதென்பது பல்வேறு நம்பிக்கைகள் சார்ந்ததாகவும் அங்கு நிகழும் உற்பத்தி சார்ந்த வாழ்வுமுறைகள் சாதிய உணர்வுகள் அல்லது வேறோர் இணக்கமான பாவனைகள் வன்மங்கள் அச்ச உணர்வுகள் தோல்விகள் வன்முறைகள் போன்றவற்றின் ஊடாக உயிர் இருப்புகொள்வதாக இருக்கிறது. ஓர் ஊருக்குள் நல்லவன் கெட்டவன் வாழ்ந்தவர் வாழாதவர் கௌரவமான குடும்பம் இழிவான குடும்பம் என்பதான பொது வரையறைகளுக்கும் இறுதியில் அப்பிராந்தியத்தின் இடுகாடு சுடுகாட்டில் முடிந்து போகிற கதையாடலாகவும் இருந்து வருவதைத்தான் மனிதமையின் தத்துவார்த்த இருப்பென்று காலமும் இடமும் அதன் வரலாற்றின் அர்த்தத்தில் முடித்துவைக்கிறது. இப்படியான தனிமனிதரின் வரலாறுதான் பச்சோந்தியின் கவிதைகளின் இறந்துவிட்ட எல்லா ஊர்களின் ஊர்வலக் காட்சியாகிறது.

இக்கவிஞனே எப்போதும் ஊர்விட்டு அலையும் வேடிக்கைக்காரனாக இருக்கிறான். ஊருக்காக உறவுக்காக குடும்பத்தை ஏற்றுக்கொண்டு தான் யார் என்பதை அறிவதற்காக வீட்டை கிராமத்தை விட்டுக் கிளம்பிவிடுகிறான். இப்படியான வெளியேற்றத்தின் மூலம் மொழிக்கு சில கவிதைகள் கிடைக்கின்றன. பண்டைய நாள்களில் ஊர்

விலக்கம் என்கிற தண்டனைமுறை அங்கு நிலவிய சாதியப் படிநிலைகளின் வழியே அதிகாரமாகக் கொண்டு செலுத்தப்பட்டதை அறிந்திருக்கிறோம். ஊர் விலக்கம்தான் இந்திய நகர்மயமாதலின் முதல் உளவியல் வன்முறையாக இருந்தது. இப்படியாக ஊர் என்கிற அமைப்பை அதன் உற்பத்தி உறவுகளில் நேர்ந்த மேலாதிக்கக் கலாசாரக் கொடுமைகளை எதிர்கொள்ள வேண்டிவரும் ஒரு சிறு பெண்ணோ ஆணோ கிராம வாழ்வைச் சந்தேகிப்பதும் அங்கு விளையும் உயிர் ஆதார விவசாயம் மற்றும் தன் காமம் காதல் போன்ற இயல்பூக்கங்களின் மேல் அந்தத் தேர்வின் மீது ஒருவகையான அவமானம் சுமத்தப்படுவதை உணர்ந்து தனக்கான மொழியில் அவற்றை எழுதிப் பார்த்து தப்பித்து தன்னிலையாக நிற்கும் செயல்பாடே அவர்களின் சுதந்திரமான கலையாகவும் ஆகிவிடுகிறது. இவ்விடத்தில் பச்சோந்தி கிராமத்துக்கும் நகரத்துக்கும் இடையே ஓர் ரயிலைப் பிடித்துக்கொண்டு அலைபாய்கிறான். அந்த ரயில் தன் சொந்த சாதிய வன்முறை நிலத்துக்கும் சாதியை எளிதில் கண்டுபிடிக்க இயலாத நகர வன்முறைக்கும் இடையே இக்கவிதைகளை தன் அலைச்சலின் சாட்சியமாக வைக்க முயல்கிறான்.

தமிழறிஞர் கால்டுவெல் சொல்லிச்சென்ற திராவிட மொழிகளின் நிலங்களுக்கும் அயோத்திதாசர் வரையறுத்த தமிழ்க் கலாச்சார உணர்வுகளுக்கும் அல்லது மார்க்சிய வர்க்கப் பார்வைக்கும் இன்றைய உலகமயப் போக்குகளுக்கும் இடையே இந்தியப் பொதுக் காட்சிப் புலன்களை மதம் மற்றும் அரசு அல்லது நவீன மூலதனம் வரையறுத்துக்கொண்டுவிட்ட நாளில் கவிஞன் அவற்றின் ஊடாகத்தான் அன்றாடத்தை இப்படியாக குழந்தைமையாகப் பதிவு செய்துவிடுகிறான். அவன் நினைவில் இயற்கையின் சுற்றுச்சூழலியலின்

கனவுகள் மட்டுமே தேங்கி இருக்கின்றன. ஏனெனில், தன்னில் இயற்கையின் ஒரு பகுதியாகவும் இருக்கிறான். இயற்கையோடு தாயை தந்தையை நிலத்தை பாடுபவனாக ஒரு பறவையைப் போல கடவுளற்ற விண்வெளிக்கு பூமியின் ஈரத்தை எடுத்துச் செல்பவனாகவும் இருக்கிறான்.

அவனின் சமுத்திரங்கள் அவன் தாயின் கண்களைவிட ஆழமானதில்லை. அவனது தொரட்டிக் கம்பு நிலவை மண்ணுக்குப் பறித்து வீழ்த்தும் அவன் தந்தையின் கரங்களைப்போல நீளமானது. அவனது மாமிசங்கள் சூரிய ஒளியில் வாட்டப்பட்டவை. அவனது ரத்தம் பூமியை உயிர்ப்புடன் வைக்கும் ஆறுகளைவிட கொந்தளிப்பானது. அவன் பசியைப் பாடுகிறான், பறவைகள் ஆமோதிக்கின்றன. அவன் இசைக்கிறான் தப்பிய பருவங்கள் தம்மை சரிசெய்துகொள்கின்றன. பச்சோந்தியின் கவிதைகள் உயிர் வாழ்வதற்கு ஆதாரமற்றவைகளை தாண்டி எதையும் புனைவுகொள்ளவில்லை.

உலக்கைகள், அரிவாள்கள், தொரட்டிகள், மண்வெட்டிகள், கடப்பாரைகள் மிஞ்சிப்போனால் மண்ணைக் குத்திப் பிரட்டும் மாட்டுக் கொம்புகள் அல்லது தானியக் கதிர்களைஅடிக்கும் அதன் குளம்புகளின் மீது தீராத காதல் கொண்டவை.

நோய்வாய்ப்படும் இந்த உடலை கருவியாக்கி நிலத்தின் வளமான பாடல்களை நமக்குக் கையளிக்கின்றன. அவன் ஓர் உதிர்ந்த மூங்கில் அரிசியாக இருக்கிறான். சிறிய மீன்களை குழந்தைகளுக்கு அறிமுகப்படுத்துபவனாகவும் பெரிய எருமைகளை இரைச்சிக்குப் பதப்படுத்தி தன் உயிர் ஆதாரத்தை நிலைநாட்டும் வீரியமிக்கவனாகவும் தன் சிறிய துண்டு நிலத்தில் சூரிய சந்திர காலமனைத்திலும் தன் தாய் தந்தை பாட்டி யாவருடனும் உழைத்து வியர்வையைப் பெருக்கி

அவ்வளவு நம்பிக்கையளிக்கும் எளிய கவிதைகளை நமக்குத் தந்துவிடுகிறான் என்பதை தவிர அவனை அன்பு செய்ய நாம் நமது கட்டமைக்கப்பட்ட சலித்துப்போன சுயத்தை இழப்பதுதான் காதலின் புதிய பரிமாணமாக இருக்க முடியும். அவனுக்கும் அவன் கவிதைகளுக்கும் அவன் நலன்களுக்கும் வாழ்த்துகள்....

அன்புடன்

யவனிகா ஸ்ரீராம்
சின்னாளபட்டி
08.12.2018

உழுகுடிகளின் கவிசொல்லி

இப்போது மூங்கிலுக்கு என் பாட்டி வயதாகிறது

காய்ந்த வேர்களின் கணுக்களில் சிந்தித்

தரையில் பரவிய மூங்கில் அரிசிகளில்

ஒன்றுதான் நான்

இது பச்சோந்தியின் மூன்றாவது கவிதைத்தொகுப்பு. முதல் தொகுப்பான வேர் முளைத்த உலக்கையின் வெளியீட்டு விழாவில் நான் பேசினேன். அதைச் சிறிதும் மாற்றாமல், அப்படியே கணையாழியில் வெளியிட்டார்கள். ஓர் அசல் கிராமத்துக் குரலென்றும், நிகழ் கால வெக்கையின் நிஜக்காட்சியென்றும், மண்பிணைப்பின் வேரோடிய மனவிரிவென்றும், ஒரு பெருந்திரளின் ஆவேச வெடிப்பாய்ப் பொங்கிப் பெருகும் பேச்சென்றும் கவிஞர் பச்சோந்தியைச் சாதகமாக மதிப்பிட்டிருந்தேன். இன்னும் நுண்மையான கவனிப்புகளுடன், காட்சிமொழியின் அதிகபட்ச சாத்தியங்களுடன் அவர் கவிதைவயப்பட வேண்டுமெனக் கோரியிருந்தேன். இந்த என் வலியுறுத்தலுக்குச் செவிகொடுத்து கிராமத்தை அதன் வேர் முடிச்சிலிருந்து உசாவியும்,

நகரக்கண்களால் விசாரித்தும், உழுகுடிகளின் உடலெங்கும் புகுந்துள்ள கருவேல முட்களைக் கண்டுகொண்டும் இத்தொகுப்பில் பச்சோந்தி தீவிரப்பட்டிருக்கிறார், ஆவணமாக்கத்துடன் அசைவுகளுக்குள் சுருண்டிருக்கும் அதிர்வுகளையும் ஆர்ப்பாட்டமின்றிக் கவனப்படுத்தியுள்ளார். மேலும், கடலுக்குள் பதுங்கிய சூறாவளியாய், அவர் சொற்களில், நெருப்பள்ளிப்போட்டுக் குப்பைக்கூளங்கள் ஒழிக்கும் ஞான சூரியனின் கிரணக் கதிர்வீச்சையும் காண்கிறேன்.

ஒரு தொப்புள் கொடியைப் பல்லில் அறுக்கும்

காலக்கூத்தில்

சிறு ஈரமடி தொடங்கித் தீயை முடுக்கும் ஊழித்தீட்டே

நீதி,,, நீதி,,,

பறையொலியில் பார்துயிலை எழுப்பிச்

சுள்ளிகளின் மீது குடல்விறைத்து ஆடுகிறோம்

தகிக்கும் கானலில் எம்மைப் பொசுக்கு

எங்கள் அலறலோ ஆவியோ மட்டும்தான்

உமது நெருப்பின் உயரம் தாண்டும்

கொதிக்கும் எம் சூடான சாம்பலை

உம் நெற்றியில் பூசி மிச்சத்தை வாயிலிட்டு ருசி

ஓரிடத்தில் பிறந்து, அவ்விடத்திலேயே வளர்ந்து, அங்கேயே மணமுடித்துப் பிள்ளைகள் பெற்றுப் பிழைத்து, உழைத்துக் களித்த மண்ணோடு மண்ணாய்ப் புதையுண்டும், நதியோடு விளையாடிக்

கொடியோடு தலைசீவிக் காற்றோடு காற்றாய்க் கலந்தும் கரைந்தும் போன வேளாண் வாழ்வின் காலம் முடிந்துவிட்டது. .பதியெழு அறியாப் பழங்குடி மக்கள் எனச் சிலம்பு பேசும் அந்தத் தொல்குடிப் பாரம்பரியம், இன்று புலம்பெயர்தல்களின் இடையறாத துரத்தலால், பிணந்தின்னிகளின் கருணையை எதிர்நோக்கிக் கூசிச்சிறுத்துக் கையெடுத்துக் கும்பிட்டு உயிர்ப்பிச்சை கேட்கிறது. ஊற்று, குளம், குட்டை, கிணறு, ஏரி, நதி, காடு, கழனி, பூக்கள், பறவைகள், விலங்குகள், தோட்டம், தோப்பு, நிழல், தட்டான்கள், புல், பூண்டு, பச்சை தாண்டி மனிதனை அடிக்கக்கிளம்பிவிட்டன மனிதமூளைகள். இயற்கையோடும் வேற்றுக் கிரகங்களோடும் மிருகங்களோடும் இயந்திரங்களோடும் மனிதனால் போராடவும், வெற்றி அடையவும் முடியும்; ஆனால், மனிதனோடு மனிதன் மோதும் தற்கொல்லிப்போரைத் தவிர்த்து, எல்லோரும் இன்புறும் மேலாம்நிலையை எப்படித் தக்கவைப்பது என்பதுதான், விஞ்ஞான யுகத்தின் வினா. இதற்குப் பதில் கூறும் திராணி பச்சோந்திக்கு இருக்கிறது.

நாம் ஒளியிலும் இருக்கிறோம்

இருளிலும் இருக்கிறோம்

அந்த ஒளியும் இருளும்

உன்னுடையதுமில்லை

என்னுடையதுமில்லை

நாம் ஒளியற்றும் இருக்கிறோம்

இருளற்றும் இருக்கிறோம்

அந்த ஒளியின்மையும்   இருளின்மையும்

உன்னுடையதும் என்னுடையதுமாகும்

கிராமங்களின் அழிவைக் கண்முன் கண்டுகொண்டிருக்கிறோம்; விவசாய நிலங்கள் ஃப்ளாட்டுகளாவதை வேடிக்கை பார்க்கிறோம். நகர்மயமாதல் குறித்தும், மக்கள்தொகைப் பெருக்கம் பற்றியும், பூர்வகுடிப் பண்பாட்டழிவு சார்ந்தும், மையக்குவிப்பின் கேடுகள் தொடர்பாகவும் நிறைய நிறையப் பேசிவிட்டோம். பிரச்சனைகள் பிரச்சனைகள் பிரச்சனைகள் என்பதல்லாமல், தீர்வுகளேயில்லை என்ற நிலைக்குப் பொதுபுத்தியை மிக விரைந்து நகர்த்திக்கொண்டிருக்கிறோம். சாலைகள் வேண்டும், மேம்பாலங்கள் வேண்டும், மெட்ரோ வேண்டும், தடையற்ற மின்சாரம் வேண்டும், லாரி லாரியாய்க் குடிநீர் வேண்டும், செல்போன்களும் கணினிகளும் புதிது புதிதாய்த் தினமும் வேண்டும் என்ற மனநிலை இனி மாறாது. உயிரோடிருப்பதற்கான போராட்டமும், மிஞ்சி எஞ்சுவதற்கான யத்தனிப்பும் இனிக் குறையாது. இவ்விடத்தில் நின்றுகொண்டு புத்தர், இயேசு, வள்ளலார், காந்தி என்று சமரசம் சன்மார்க்கம் பேசலாகாது. அயோத்திதாசர்,பெரியார், அம்பேத்கர் என்று பயணப்பட்டு, மார்க்ஸ் காட்டும் ஒளியில், லெனினையும் மாவோவையும் காஸ்ட்ரோவையும் சிந்தித்தாக வேண்டும். இதை வறட்டுப் புரட்சிவாதம் என்று ஏசி கட்சி மனநிலையைக் கண்டித்துவிட்டுக் கடுகுள்ளத்தாரோடு கண்மறைவில் கைக்கோத்துக்கொண்டு, மலையை வெட்டிச் சாலை போடுவதையும் அணுவுலைகளையும் எதிர்ப்பதுபோல் ஆதரிப்பதுதான் நம்மில் பெருபாலோர் தொடர்ந்து செய்வதாகும். இச்சூழ்ச்சியைப் புரிந்தும் புரியாமல் மருண்டு நடுங்கும் இளம் கவிமனங்கள், புறப் பதற்றங்களால் அகஞ்சிதைந்து நொறுங்கிக் கண்ணீரும் கவலையுமாய்ப் பித்துப் பிடித்துச் சீறுகின்றன.

ஒரே புயல் ஓராயிரம்முறை சுழன்றடிக்கிறது

ஒரே மனிதன் ஓராயிரம்முறை விஷம் குடித்துச் சாகிறான்

ஒரே மீன் ஓராயிரம்முறை செத்து மிதக்கிறது

ஒரே மான் ஓராயிரம்முறை ரத்தம் கக்குகிறது

ஒரே மின்கம்பம் ஓராயிரம்முறை உடைந்து சாய்கிறது

மழைக்கு ஒதுங்கியவனின் மீது

ஒரே மரம் ஓராயிரம்முறை முறிந்துவிழுகிறது

நுகத்தடி பூட்டிய மாடுகளின் மீது

ஓராயிரம்முறை மின்கம்பி அறுந்துவிழுகிறது

ஓராயிரம்முறை நாய் கவ்வுகிறது

இப்பூமியை

பழைய மாட்டுக்கொம்பால் புதிய மாட்டின் குரல்வளையைக் குத்திக்கொண்டிருக்கிறார் பச்சோந்தி; ஆடு நீராகாரம் குடிக்கும் ஒலியைக் கேட்டுக்கொண்டிருக்கிறார்; அப்பாவும் விறகென்று அரிவாளுக்கும் தெரிந்துவிட்டதை அறிவிக்கிறார்; வாழ்வு கெடுக்க யார் யாரோ வருவதெண்ணிப் பதைபதைக்கிறார்; மலை சுமந்த வண்ணத்துப்பூச்சி மீதேறும் லாரியைப் பகைக்கிறார்; கொழுமுனையைப் பிடுங்கி அடிவயிற்றில் நட்டுக்கொண்டவரைக் குருதிப் படமாய்க் காட்டுகிறார்; மலைப்பாம்பாகும் மெட்ரோ ரயிலை வெறிக்கவைக்கிறார்; அமிலம் மிதக்கும் புகைக்குள் மாநகரச்சாலையின் மூச்சுத்திணறலை நாடி பிடிக்கிறார். பிளாஸ்டிக் தொட்டியின் கற்றாழைக்கும் ஓமவல்லிக்கும் நீரூற்றி நடுங்கும் குதிங்காலைப் பார்வைப் புலத்தில் நிறுத்துகிறார்; உரலிலிருந்து உருவப்பட்டு அந்தரத்திலாடும் புழுத்துப்போகாத உலக்கையைச் செல்போன் வெளிச்சத்தில் எதிர்கொள்கிறார்! காட்சி மொழி

விரிய விரிய எட்டுத் திசைகளிலும் கேட்கும் சிரிப்பும் அழுகையும் சேர்ந்து, முதுகுத்தண்டைச் சில்லிடவைக்கின்றன. அரளி வீசும் கந்தகக் காற்றை உள்ளிழுத்தபடி புறப்படும் பேருந்தையும், மேம்பாலத்தில் மூழ்கிய ஆற்றையும், மழை நிறைக்கும் பிச்சைப்பாத்திரத்தையும், முறிந்த கிளையில் தலைகீழாகத் தொங்கும் கலாபத் தோகையையும், அலையாத்திக் காடுகளின் மரண வாசத்தையும் காட்டும்போது பேயவன் காண் எங்கள் கவி, பெரும் பித்துடையான், காயழல் ஏந்திக் காதலுடன் மண் பாடுவான் எனக் கண்டுகொள்கிறோம். தயிர் கலந்த, மிருதுவான, கொத்தமல்லியும் கறிவேப்பிலையும் தூவிய, எண்ணெய் மிதக்கும் மாட்டுக் கறியை நாவிலெடுத்து வாயிலடக்கிக் கீழண்ணமும் மேலண்ணமும் எச்சிலில் ஊற ஊறத் தொண்டைக்குழிக்குள் ஆழப்புதைத்துச் சிறுமியின் கையில் ஒளிரும் வீச்சருவாள் தந்து, ரத்தம் நிலமெல்லாம் ரத்தம், ரத்தம் நினைவெல்லாம் ரத்தம் எனப் பலிக் குரலெடுக்கிறார் பச்சோந்தி.

நாங்கள் யார் பொருளையும் திருடியதில்லை

நாங்கள் யார் நிலத்தையும் அபகரித்ததில்லை

எமது பனையின் வேர்கள் அறுக்கப்படுமாயின்

எமது புளியம்பூக்கள் உதிர்க்கப்படுமாயின்

எமது மயில் உண்ணும் பயிர் அழித்து

அளவைக்கல் நடப்படுமாயின்

கரும்பும் நெல்லும் தென்னையும் விளைந்திருக்கும் நிலத்தை

ஜேசிபி விழுங்குமாயின்

கொழுமுனையைக் கொண்டறுப்போம் உங்கள் சதை நரம்புகளை

அம்மியில் நொறுக்குவோம் எலும்பு மூட்டுகளை

அவற்றைச் சூரியனை மூட்டி

கொஞ்சம் சூப்பு குடிப்போம்

எஞ்சிய சிறு குறு சதை எலும்புத்துண்டுகளைக்

கோணூசியில் கொத்தி வானில் எறிவோம்

இனி எவனின் நிழலாவது எம் கிணற்று நீரில் தென்பட்டால்

உலக்கையால் குத்துவோம்

ஆம் ஆம் உலக்கையால் குத்துவோம்

இருள் மூடிய ஒரு மாபெரும் மரணப் பள்ளத்தாக்கில் விழுந்துகொண்டேயிருக்கும் பிணங்களை விளக்கேந்திக் கணக்கெடுக்கும் கண்ணியமற்ற காவற்பணியைக் கவிஞர்கள் செய்யவேண்டியிருக்கிறது. நிகழ்காலம் கோரும் இந்தக் கடுங்காவலைத் தன்நினைவாகப் பச்சோந்தி அம்பட்டன் கலயம் தொகுப்பாக்கியிருக்கிறார். இது இன்றின் கவிதையானாலும், நேற்றை நினைத்தேங்குவதும், நாளைக்கு நடுங்குவதுமாகக் காலம் மூன்றுக்கும் சாட்சி பூதமாகிறது. ஒரு கிராமக் கவி, புலம் பெயர்ந்திறங்கிய நகரவாழ்வால் வெகுண்டெழுந்து, மண்ணையும் மனிதர்களையும் அதிகாரங்களுக்குக் காவுகொடுத்த அவலத்தையே மீளமீள அலுக்காதும் சலிக்காதும் பச்சோந்தி பேசுகிறார். இலக்கைக் குறிவைக்கும் அவர் குரல், மேன்மேலும் கூர்மையுறுவதைக் கவனிக்கிறேன். மொழியும் பார்வையும் ஒன்றுகூடி கவிதை அடர்த்திப்படுவதைக் காண்கிறேன்.

வீட்டைத் தூக்கிக்கொண்டலைகிறேன்

புதிதாய் வாங்கிய இடத்தில் கட்டிய கனவு வீடு

இப்போது அங்கே முடிவற்ற தார்ச்சாலை செல்கிறது
அரளிக்காற்றை வீசியபடி
அதைச் சொந்த ஊருக்குத் தூக்கிச்சென்றேன்
அங்கே ஓர் அணு உலை புகைந்தபடியிருந்தது
மாமன் ஊருக்குத் தூக்கிச்சென்றேன்
அங்கே மீத்தேன் வாயு வெடித்தபடியிருந்தது
அத்தை ஊருக்குத் தூக்கிச்சென்றேன்
அங்கே நிலக்கரி வெட்டியபடியிருந்தது
இனி எங்கேதான் தூக்கிச்செல்வது இவ்வீட்டை
பேசாமல் கையிலேயே வைத்திருக்கலாமென்று நினைக்கிறேன்
என் காட்டுக்குருவிகளோடு
என் காட்டுக்காற்றோடு
என் காட்டுப்பூச்சிகளோடு
என் காட்டுவானத்தோடு

கனிவோடு பச்சோந்தி தொட்டுத் தழுவும் மண்பற்று மனிதர்களுக்குக் கணக்கில்லை; நஞ்சை புஞ்சையில் அவர் கண் பதியாத ஒருதுளி நிலமில்லை; கவிதை அவருக்குக் கை வாளில்லை; உயிர்க்காற்று! இவ்வாறே உழுகுடிகளின் கவியாக அவர் உயர்ந்தெழுகிறார். ஆனால் அடுக்கிப் பட்டியலிடுவதையும், மிகை நெகிழ்ச்சியையும், சொற்களைச் சற்றே நீட்டுவதையும், கூடுதல் அழுத்தங்களையும் இனிமேல் பச்சோந்தி சுய தணிக்கை செய்ய வேண்டும். தாமாகவும் பிறராகவும் கூடுவிட்டுக்

கூடுபாய்ந்து அவர் பொதுமையாகும்போது, நோக்கும் திசையெலாம் தாமன்றி வேறில்லை என்றாகி கவிதை பேசாப் பேச்சாகிவிடும். இத்தடத்திலேயே தொடர்ந்தவர் பயணிக்கும்போது, இன்னொரு கபிலனாய் பரணனாய் பெருஞ்சித்திரனாய் பெருங்கடுங்கோவாய்த் தமிழின் நவீன உருத்திரங்கண்ணனாய்ப் புத்துயிர்ப்பார்!

என் விழிகளின் வெப்பத்தில் உருகி வழிந்து

என் தீண்டப்படாத வாசல் தாண்டி

உலகெங்கும் பரவிக்காய்ந்த ரத்தத்தில் கலந்திருப்பது

அந்தத் தேவடியாப்பயல்களின் ரத்த நெடியும்தான்

கல்யாணராமன்
அண்ணா நகர்
16/12/2018

மூங்கில் கஞ்சி

மூங்கில் கூடுகளில் தொங்கும் பன்னாடைகள்
மேற்கும் கிழக்குமாய் அசைந்தாடுகின்றன
அதன் வேர்களில் புல்லாங்குழல் ஊதுகிறது
நீர்சுமக்கும் பூமி
உதிர்ந்த இலை ஒன்று
இரு இலையற்ற ஒடிந்த கணுக்கிளைகளை இணைத்தபடி
யாழெனக் காற்றில் ரீங்கரிக்கிறது
குச்சிகுச்சியாய்த் தாவும் சிட்டுக்குருவிகள்
மறைந்திருந்தபடி சப்தமிடுகின்றன
மூங்கில் கூட்டின் இருட்டில்
தன் ரெக்கைகளால் ஒளியூட்டுகிறது வண்ணத்துப்பூச்சி
இப்போது மூங்கிலுக்கு என் பாட்டி வயதாகிறது
காய்ந்த வேர்களின் கணுக்களில் சிந்தித்
தரையில் பரவிய மூங்கில் அரிசிகளில் ஒன்றுதான் நான்

எலும்பு வேலி

கரிக்கட்டை உடலைச் சூரியனுக்குத் தின்னக்கொடுத்து
தோளில்போட்டுச் செல்லும் சட்டையைக் கள்ளியில் தொங்கவிடுவார்
வண்ணாங்குளத்தில் கருவேலமுள்ளை வெட்டி
காட்டுக்குப் போட்ட வேலி மட்கிப்போக
தொட்டியாங்குளத்துக் கரையோரக் கள்ளிகளில் வேலியிடுவார்
வேலியெல்லாம் உதிர்ந்துகிடக்கும் வேப்பம்முத்துகளை
வேப்பங்கன்றுகளாக்கும் அப்பாவுக்கு
இரண்டு கைகளும் இரண்டு மண்வெட்டிகள்
இரண்டு கால்களும் இரண்டு கடப்பாரைகள்
வளர்ந்த கள்ளிச்சந்துகளுக்கு
அம்பட்டன் குளத்துக் கற்றாழையை நட்டுவைத்தார்
காட்டின் வானம் தொடும் வேலிகளைச் செதுக்கி வெளியில் எறிந்து
காட்டுமணல் அள்ளிக் கற்றாழை வேர்களைச் செப்பனிட்டார்
கரியாங்குளத்துக் கரையில் முளைத்த தேக்கங்கன்றுகளைப் பறித்துச்
சதுரக்காட்டினோரம் ஊன்றி வளர்த்தார்
உலர்ந்த மாவிலைகளின்மேல் சாக்குப்பையை விரித்து
இளைப்பாறும் அப்பாவுக்கு
ஒரே ஒரு காடு
காராமணி மொச்சை உளுந்து துவரைப் பயிர்களை விதைத்துள்ளார்

காட்டைச் சுற்றி பலமான வேலிகள்

அண்ணாந்து பார்க்கப் பார்க்கப்

பறிக்காமலே தட்டான்களைக் கொறித்துச் செல்கின்றன

கலாபத் தோகைகள்

மாமரத்து நிழல்களும் உதிர்ந்துபோனதால்

அவ்விடத்தில் இன்னொரு மாங்கன்றை நட்டுவைத்தவர்

அம்மாங்கன்றைச் சுற்றிச் சுருண்டு படுத்துக்கொள்கிறார்

உடலெங்கும் கருவேலமுட்கள்

யார் யாரோ வருகிறார்கள்

கொளுத்தும் கோடையிலும் நடுங்கும் குளிரிலும் காய்ந்துகிடந்த குடலை
யாருமே பார்க்கவில்லை
பெருமழையின் ஈரத்தில் படுத்துக்கிடந்தோம்
கடும்புயலில் சாய்ந்துகிடந்தோம்
யாருமே பார்க்கவில்லை
ஓட்டைக் குடிசையில் வானம் இடிந்தது
கிழிந்த உடையில் சூரியன் ஊறியது
யாருமே பார்க்கவில்லை
காய்ந்த மரத்தை விறகு எரித்தோம்
வெடித்த கடலில் களவு போனோம்
யாருமே பார்க்கவில்லை
குருவிபோல் சேகரித்துத் துண்டு நிலம் வாங்கி
ஒரே ஒரு கூடுகட்டினோம்
அதை இடிக்க அளவெடுக்க
யார் யாரோ வருகிறார்கள்
யார் யாரோ வருகிறார்கள்

விழுந்த மாடு

மூழ்கவுமில்லை மிதக்கவுமில்லை
மரம் செடிகளைக் கிணற்றில்
வெறுமனே மேய்ந்துகொண்டிருக்கிறது

அம்மாவின் மீது

காய்ந்த மா மரத்தை வெறித்துப் பார்க்கிறாள் பாட்டி

உதிர்ந்த அதன் குறுங்கிளைகளைப் பொறுக்கிச் சேமித்தவள்

ஊனாங்கொடிகளால் கட்டி வீடு சேர்ந்தாள்

சீம்பாலைக் காய்ச்ச ஒவ்வொரு கிளையாய் அடுப்பில் எறிகிறாள்

அம் சூமா'வின் பிஞ்சு வேர்களின் மீதுதான்

எத்தனை குளங்கள்

எத்தனை கிணறுகள்

எத்தனை அடிகுழாய்கள்

எத்தனை மேகங்கள்

சலசலக்கும் மலை

கண்களில் மலையைச் சுமந்தலைகிறேன்
அம்மலையில் ஆடுமேய்த்துக்கொண்டிருக்கிறாள் அம்மா
அம்மலையில் ஏர் உழுகிறார் அப்பா
அம்மலையில் நெல்லிக்காய் பறிக்கிறாள் அக்கா
அம்மலையில் பட்டாம்பூச்சி பிடிக்கிறான் தம்பி
பனித்துளி நனைக்கும் மலையைச் சுமந்தலைகிறேன்
இரண்டு கண்களிலும் இரண்டு மலைகள்

நிமிர்த்திவிட வேண்டாமா

கை எலும்புகள் உதிர்ந்த யேசுநாதர்
திரையில் மூடப்பட்டுள்ளார்
திரைக்கு மேலுள்ள அவர்
தலை தொங்கிய நிலையிலேயே இருக்கிறது
அங்கு மேய்ந்துகொண்டிருந்த ஆட்டின் தோல்
எந்தப் புதரில் சிக்கியுள்ளதோ
யாராவது அவர் கை எலும்புகளை ப் பார்த்தீர்களா
சீக்கிரம் எடுத்து வாருங்கள்
ஆட்டின் காலடிச் சத்தம் தூரத்தில் கேட்பதுபோல் உள்ளது
சுளுக்கிக் கொள்வதற்குள்
கழுத்தையாவது நிமிர்த்திவிட
வேண்டாமா

யோனிப் பூ

நரநரத் தண்டுகளோடு கோபுரம் கோபுரமாய்ப் பூத்துள்ளன
மொச்சைப் பூக்கள்
கூர்முனை மொக்குகளோ பிறந்த குழந்தையின் விரியாத கைவிரல்கள்
தனித்த மொட்டோ காதுமடல்
விரியாத இரு மொட்டுகள் வண்ணத்துப் பூச்சிகள்
விரிந்த இரு இதழ்கள் நீந்தும் வாத்தின் சிறகுகள்
காற்றிலாடும் மெல்லிய கொழுந்து பச்சைப்பாம்பு
இதழ்களின் நடுவே சின்னஞ்சிறிய கிளிட்டோரியஸ்

எனை நோக்கி

அறிவிக்கப்படாத நில அளவையைக் கண்டு
உடல் மீது மண்ணெண்ணெய் ஊற்றி
சொட்டச் சொட்ட நனைந்தவர்
ஊரின் அதிக நீருள்ள கிணற்றில் கோவணத்தோடு குதித்தவர்
வேர்களைப் பறித்த காட்டில் சுடும் பாறைமீனாய்த் துடிப்பவர்
கொழுமுனையைப் பிடுங்கி அடிவயிற்றில் நட்டுக்கொண்டவர்
ஆடு மாடு கோழிகளோடு பால்டாயிலைக் குடித்தவர்
அரசன் அறிவிக்கிறான்
நிலத்தைக் கொடுக்க வண்டி வண்டியாய் வருகிறார்கள்

நிலமென்ற பாவனை

சாலைகளால் நெரித்து மெழுகப்பட்ட கழனியை உழுவதற்குத்
துருப்பிடித்த ஏரைத் தூசுதட்டுகிறான்
மாடுகளற்ற நுகத்தடிக்குப் பிள்ளைகளைப் பூட்டுகிறான்
மழைத்துளிகளோ நிலத்தில் விழாது நடுவானில் நிற்கின்றன

விதைகள் இருந்த கூடையின் உட்புறத்தை அள்ளி
வெறுங்கையால் வீசுகிறான்
பூண் கழன்ற களைவெட்டியின் கைப்பிடியை
பைத்தியத்தில் துழாவுகிறாள் மனைவி
நிலமெங்கும் பயிர் வெடிக்கும் நிசப்தம்

பின் எப்போதும் விளையாத தானியத்தைக்
கருக்கருவாளில் அறுத்து
நினைவகன்ற ஆடுகளுக்குத் தின்னக்கொடுத்தாள்

பெயரற்ற வீடு

யாராக இருப்பார்கள்
நடைபாதை விளக்கொளியில் வேர்க்கடலை விற்பவர்
கோணி விரித்துப் பிரண்டைக் கட்டு விற்பவர்
குப்பைத்தொட்டியை அள்ளித் தின்பவர்
கீழ்ப்படிக்கட்டில்
பாலித்தீன் விரிப்புகளில் வாழைப்பழங்களை விற்பவர்
யாராக இருப்பார்கள்
தெருவுக்குப் பெயர் இல்லை
கதவுக்கு எண் இல்லை
அவர்கள்தான் என்று சொல்ல
அடையாள அட்டை இல்லை
எட்டுத் திசைகளிலும்
சிரிப்பொலியில்
திறந்து திறந்து மூடுகிறது
அவர்களது வெளி

ஆணிகளில் அறையப்படும் மெல்லிய இரவு

உரிக்கப்பட்ட எருமைத் தோலின் உட்புறத்தில்

அடுப்புச் சாம்பலைப் பூசி

கம்பியின் கூர்முனைகளில் அத்தோலினைத் துளையிட்டு

நிலத்தில் ஊன்றி ஓங்கியடிக்கிறான்.

சூரியனில் காயும் மெல்லிய இரவை

தன் பற்களால் கடித்து இழுத்துச் செல்கிறது நாய்

நார்நாராய்க் கிழிந்த எருமை

அதன் பல்லிடுக்கில் சிக்கிக்கொண்டது.

சூரியனில் காயும் வேறொரு தோலினை

நாயின் கூர்முனைப் பற்களிலிருந்து பாதுகாத்தவன்

காய்ந்த தோலிலிருந்து மயிரை நீக்குகிறான்

விறைத்த தோலை ஆணியிலிருந்து உருவி

தண்ணீரில் ஊறவைக்க ஜவ்வுபோலாகியது

மூன்று துண்டுகளாக்கிய வேம்புக்கட்டையை வளைத்து

வட்டமாக்குகிறான்

ஜவ்வுத் தோலை வட்டமாய் அறுத்து

வேம்புக்கட்டையில் இழுத்து ஒட்டவைக்கிறான்

நறுக்கிய மூங்கில் குச்சிகளைக்கொண்டு

வலது இடது கைகளால் அடிக்கிறான்

சஞ்சோக்கு நக்கு நக்கு நக்கு நக்கு

சஞ்சோக்கு நக்கு நக்கு நக்கு நக்கு

இருந்துவிட்டுப் போகட்டும்

கொஞ்சம்கூட நகராமல்
ஏன் அந்த நாய்
அலையின் ஈரத்தின் மீதே படுத்திருக்கிறது
கடலின் நுரைகளில்
எதைப் பறிகொடுத்தது
எதை எதிர்பார்க்கிறது
ஏதோ ஒன்று இருந்துவிட்டுப் போகட்டுமே
நிவாரண முகாம்களுக்குச் சற்று சென்று
எச்சில் இலையையாவது நக்கிவிட்டு வரலாம்தானே
பாவம் அந்தக் கடல்
எத்தனைமுறைதான்
தன் அடிவயிற்றில் அடித்துக்கொள்ளும்

காற்றில் இரையும் மாமிசம்

நாங்கள் யார் பொருளையும் திருடியதில்லை
நாங்கள் யார் நிலத்தையும் அபகரித்ததில்லை
எமது பனையின் வேர்கள் அறுக்கப்படுமாயின்
எமது புளியம்பூக்கள் உதிர்க்கப்படுமாயின்
எமது மயில் உண்ணும் பயிர் அழித்து
அளவைக்கல் நடப்படுமாயின்
கரும்பும் நெல்லும் தென்னையும் விளைந்திருக்கும் நிலத்தை
ஜேசிபி விழுங்குமாயின்
கொழுமுனையைக்கொண்டறுப்போம் உங்கள் சதை நரம்புகளை
அம்மியில் நொறுக்குவோம் எலும்பு மூட்டுகளை
அவற்றைச் சூரியனை மூட்டி
கொஞ்சம் வாட்டித் தின்போம்
கொஞ்சம் சூப்பு குடிப்போம்
எஞ்சிய சிறு குறு சதை எலும்புத்துண்டுகளைக்
கோணூசியில் கொத்தி வானில் எறிவோம்
இனி எவனின் நிழலாவது எம் கிணற்று நீரில் தென்பட்டால்
உலக்கையால் குத்துவோம்
ஆம், உலக்கையால் குத்துவோம்

உறங்காத சாலை

சிறிய பொந்துக்குள்
குப்பைத்தொட்டியை இழுத்துச்செல்கிறது எலி
மாவெயில் பெய்கிறது
மாமழை காய்கிறது
நடைமேடையோ சிறுபொந்தோ
ஓடவும் இல்லை ஒளியவும் இல்லை
நடுவில்
உறங்குவதேயில்லை
சாலை

இரண்டாவது வாய்

கள்ளி நிழலில் அப்பாவின் முதுகைக் கண்டேன்
துலக்காத பாத்திரத்தை ஒத்திருந்ததை மெல்லத் திருப்பினேன்
உதட்டுக்கு அடியில் இன்னொரு வாய் முளைத்திருந்தது
அவ்வாய் விறகுவெட்டிய அரிவாளாலானது
மௌனிக்கு எதற்கு இரண்டாவது வாயெனப் பச்சி
லைகளால் தைத்தார்
அப்பாதான் விறகென்று அரிவாளுக்கும் தெரிந்துவிட்டதுபோலும்

காவல்

கூன் விழுந்த சந்தியாகு மாமா ஒட்டகத்தைப்போல் நடக்கிறார்
அவர் மனைவியோ நன்கு காய்ந்த விறகு
இருவரும் கோணிப்பையில் சுமந்துவந்த
மயில்மிச்சம்வைத்த பாசிப்பயிர் நெற்றை
சிமெண்ட் சாலையில் கொட்டுகிறார்கள்
கார்த்திகை வெயிலில்
ஆளுக்கொரு பக்கமாகப் பயிர்களைப் பரப்பிவிடுகையில்
இப்பயிர் கண்மையிட்ட உன் புருவத்தைப் போலுள்ளது என்கிறார்
பதிலுக்கு உன் முதல் மீசையைப் போலுள்ளது என்கிறாள்
கோழி கொத்தாதவாறு ஆடு திங்காதவாறு
இருவரும் பயிர்களைக் காவல் காக்கிறார்கள்
வெய்யிலில் வெடித்துச் சிதறுகின்றன
புருவமும் மீசையும்

கோயம்பேடு

காங்கிரீட் கூரையின் கீழ் பேரங்காடியை மேய்ந்து
கொண்டிருக்கிறது மாடு
அதன் கடைவாயில் ஒழுகுகிறது சந்தை
அழுகிய காய்கறிகள் நடைபாதையை எறிகின்றன
தலைகீழான காளான்களைப் போல் தொங்கும் விளக்குகள்
மஞ்சள் நிற பிளாஸ்டிக் டப்பாவை நக்கிக்கொண்டிருக்கும் பூனை
நிழற்படக்காரனின் குளோசப் ஷாட்டுக்கு ஓடி ஒளிகிறது

அழுகிய சாலையை இழுத்துச் சென்று
குப்பைக்கிடங்கில் கொட்டும் வழியில்
சிந்திய விதைகளைக் கொத்தும் பறவைகள்
அயராத இரவு கோணிமீது உறங்குகிறது
விழித்திருக்கும் விரல்களுக்கிடையில் காந்தி
இடதிலிருந்து வலதுக்கு மாறிக்கொண்டே இருக்கிறார்
பழக்கடையின் பின்சுவரில் புத்தன்

மஞ்சள் இமையாய் நிலவு எரிகிறது
மல்லாக்கப்படுத்தவன் ரெட்டினக்கால் ஆட்டியபடி
விண்மீன்களை ரசிக்கிறான்

ஒற்றைக்கையில் குழந்தையைத் தாங்கி
மற்றைக் கையில் கூந்தல் உலர்த்துகிறாள்

வண்ணவண்ண காலிக்குடங்களுடன்
சந்தை வெளியேற்றுகிறது தள்ளுவண்டியை
பூச்சந்தையின் வலதுபக்கம் அரசமரம்
அதன் நிழலில் அன்னாசி ஆப்பிள் ஆரஞ்சு திராட்சைப் பழங்கள்
வட்டக் கிண்ணத்தை ஏந்தியிருக்கும்
அரசந்தண்டுகளில் நீண்டமுடியுடன் யேசு தொங்குகிறார்
அருகில் அம்பேத்கர்
ஒளிரும் பூவாசனைக்குள் கொசுக்கள் வலம்வருகின்றன
மெல்லிய ஒலியோடு பறக்கும் மெட்ரோ ரயில்
சட்டையற்ற சிறுவர்கள் ஒருவர்பின் ஒருவராக ஓட்டிச்செல்கிறார்கள்
மின்சாரமற்ற ரயிலை

சுக்கா

செக்கில் ஆட்டிய நல்லெண்ணெயை
இரும்புக் கடாயில் ஊற்றிக்
கருநிறக் கடுகையும் மென்பச்சை சோம்பையும் பொறித்த பின்
வகுந்த இஞ்சியையும் உரிச்ச பூண்டுப் பல்லையும்
நறுக்கிய பச்சைமிளகாயையும் சுண்ட வதக்கிக்
கிள்ளிய கருவேப்பிலையைப் போட்டுப்
பொடிதுபொடிதான பெரிய வெங்காயத்தைப்
பழுப்பு நிறமாக மாறும்வரை வதக்கிக்
கூடவே சாறுவடியும் தக்காளியையும் உப்பிட்டு நன்றாகக் கலக்கி
விசிலடிக்க குக்கரில் வெந்த
தயிர்கலந்த மிருதுவான மாட்டுக்கறியைக் கொட்டி
ஒரு மொழுகுத் தண்ணியில்
சட்டியில் ஒட்டிய மசாலாவை
அலசிக் கழுவி ஊத்தி
ஒரு கையால் கரித்துணியை வைத்துத் தாங்கி
மறுகையால் கரண்டியால் புரட்டி
அடர்த்தியாக எரியும் நெருப்பைத் திருகிக் குறைத்து
ஒரு வட்டமான மூடியிட்டுப் பத்து நிமிடங்கள் சிம்மில் வை
பிறகு ஆவியைத் திற

எண்ணெய் மிதக்கும் மாட்டுக்கறி சுக்காவின்மீது

கொத்தமல்லி கருவேப்பிலையைத் தூவி

வேறொரு போலில் மாற்றி நாவிலெடுத்து வாயிலடக்கு

மேலண்ணமும் கீழண்ணமும் எச்சிலில் ஊற ஊறத்

தொண்டைக் குழியில் ஆழப் புதைத்துவிடு

குடலெல்லாம் சுடச்சுட ஒரே ஒரு ஏப்பம் விடு

காற்றில் அரைவட்டமிடுவோமா மகளே!

அவள் பள்ளிக்குச் செல்லும் நொடியை

எப்போது காண்பேன்

பள்ளியிலிருந்து வரும் களைப்பை

எப்போது தீர்ப்பேன்

ஓராண்டு முடியப்போகிறது

அவளின் சீருடையின் நிறம் இன்னதென்று அறியாத

அவள் வகுப்பினிடையே ஒருநாளும் பார்க்காத

நானெல்லாம் ஒரு அப்பனா?

ஒரு ஞாயிற்றுக்கிழமையில் கண்டேன்

யாரோ கிள்ளிய அவளின் வலது கன்னத்தை

பின்னொரு விடுமுறையில் இடது கன்னத்தை

வெள்ளைத்தோல் தெரிய கிள்ளியது யாரென்று கேட்டேன்

யாரென்று சொல்லத் தெரியாத வயது அவளுக்கு

ஒரு நாள் அக்காயம் காய்ந்து மறைந்தது

இதோ பின்பனி நடுக்கம் நின்று கோடையும் வரப்போகிறது

கோடைக்குள் ஒருநாளாவது

சீருடையணிந்த அவளுக்குக் கையசைக்க வேண்டும்

உயர்ந்த கட்டடங்களுக்கிடையே காணும் என் வானம்

ஒரு நீல வாய்க்கால்

அதன் அடியில் ஓடும் நீர்த்துளி நான்

புங்க மரங்களுக்கிடையே தெரியும் உன் வானமோ கடல்

கரையும் வெள்ளலை நீ

வரும் கோடைக்குள் மைதானத்து மர நிழலில்

சற்று அமர்ந்து பேசுவோமா மகளே!

அம்பட்டன் கலயம்

கரந்தைப் பூக்கள் நிறைந்த அம்பட்டன் குளத்தில்
மேய்கிறது மாடு
மோவாய் மோதிய புட்செடிகளிலிருந்து பறக்கும் பூச்சிகளை
காத்திருந்து கொத்துகிறது கொக்கு
தண்டு எது இலை எது பூ எது
களிமண் நீரில் நடனமிடும் கரந்தை நிழலில் தெரிவதில்லை
மெல்லிய காற்றுக்குக் கரைமீது உதிர்கின்றன
பழுத்த கருவேலம் இலைகள்
கருவேலங் கிளைகளில் தொங்கும் கறை படிந்த துணிகள்
நீரோரப் பொந்துகளைத் தோண்டும் சிறுவர்கள்
லாகவமாய் நண்டுகளின் கொடுக்குகளைப் பொத்திப் பிடிக்கின்றனர்
களிமண் ஒட்டிய நண்டுகளோ பாலித்தீன் பையில் ஊருகின்றன

குளத்தின் சனிமூலையில் ஒரு பனை மரம்
அக்கறுக்குகளைப் பற்றி ஏறுகிறது முடக்கத்தான்
பனையின் கீழுள்ள காய்ந்த ஓலைகள்
தள்ளாத கிழவனின் நைந்த தாடி
மாட்டுக்கொம்பை ஒத்துள்ள பனங்கறுக்கைக் கறையான் பிடித்துள்ளது
அப்பூவின் முனையிலுள்ள பாலை

கன்றின் காது மடல்

உச்சியிலுள்ள பனம்பூ பறிக்காத கம்பங்கருது

சப்பிப்போட்ட பனங்கொட்டையோ

மாமனைப் புதைக்கத் தோண்டிய குழியில்

கிடைத்த அத்தையின் மட்காத மண்டையின் சிறு கலயம்

மலையின் நிழலில் குளித்தல்

ஒற்றை ஈசலின்மீது அமர்ந்திருக்கிறது கரடுமுரடான பாதை
கஜாவில் அறுந்த மின்கம்பியைக்
கயிறுபோல் சுருட்டும் வயர்மேன்
கிளையாய் முறிந்துள்ளது மின்கம்பம்
சாலையைக் கடக்கும் மண்ணுளிப்பாம்பு
வளைந்து நெளியும் வெள்ளிக்கம்பியாய்
தலைமேல் எறியும் கல்லுக்குத் துடித்து
அடங்காது புரள்கிறது
குச்சிமுனையோ
கல்லெறியும் முன் போனதிசை மீதே வீசுகிறது

மழையில் நனைந்த கரந்தமலையின்மேல்
பிஸ்லெரி பொத்தலோடு ஏறினேன்
சாணி உருண்டையை உருட்டியபடி மலையிறங்கியது வண்டு
காய்ந்த மலையை ஒடித்துக் கட்டிச் சுமக்கும் சிறுவன்
சிறுமியின் கையில் ஒளிரும் வீச்சரிவாளின் கூர்முனை
புழுக்கைவாசத்தில் சிறகடிக்கும் வண்ணத்துப்பூச்சிகள்
கேமிராவின் ஸூமிலிருந்து தாவித் தாவிப் பறக்கிறது
ஒவ்வொன்றும் ஒவ்வொரு நிறம்

தலைகள் முட்டி வழுக்கி வழுக்கிச் சரியும் அருவியை

பறவைகள் கவ்விப் பறக்கின்றன

கழுத்தில் தொங்கும் மணியோசை

மேய்ச்சலின் திசையைக் காட்டும்

பிரமாண்ட அட்டையில்

மிரண்டு நிற்கும் நிழலை உடுத்தும் ஆடை

கொஞ்சம் கொஞ்சமாக என்னிலிருந்து இறங்கிய மலை

மழைக்குள் ஒளிந்துகொண்டது

கையோடு வீடு

வீட்டைத் தூக்கிக்கொண்டு அலைகிறேன்
புதிதாய் வாங்கிய இடத்தில் கட்டிய கனவு வீடு
இப்போது அங்கே முடிவற்ற தார்ச்சாலை செல்கிறது
அரளிக்காற்றை வீசியபடி
அதைச் சொந்த ஊருக்குத் தூக்கிச்சென்றேன்
அங்கே ஓர் அணு உலை புகைந்தபடி இருந்தது
மாமன் ஊருக்குத் தூக்கிச்சென்றேன்
அங்கே மீத்தேன் வாயு வெடித்தபடி இருந்தது
அத்தை ஊருக்குத் தூக்கிச்சென்றேன்
அங்கே நிலக்கரி வெட்டியபடி இருந்தது
இனி எங்கேதான் தூக்கிச்செல்வது இவ்வீட்டை
பேசாமல் கையிலேயே வைத்திருக்கலாமென்று நினைக்கிறேன்
என் காட்டுக் குருவிகளோடு
என் காட்டுக் காற்றோடு
என் காட்டுப் பூச்சிகளோடு
என் காட்டு வானத்தோடு

முன்பதிவற்ற ரயில் பெட்டி

யாமத்தில் ஆடும் முன்பதிவற்ற ரயில் பெட்டி
ஒளிர்ந்து இருண்டு விரைகிறது
பொதிமூட்டையாய்ப் பிதுங்கிவழியும் கூட்டம்
படியை அழுந்தப் பற்றிய ஒற்றைக் கால்களின் மீது
இன்னும் சில கால்கள்
மற்றைக்கால்கள் காற்றில் ஊன்றியபடியே
நெருக்கி அமர்ந்த இருக்கைகளுக்கு மூச்சுத் திணறுகிறது
நடந்துசெல்லும் வழியோ
குறுக்கும் நெடுக்குமாகப் படுத்துறங்குகிறது
அவ்விடத்தில் விரித்த பாதித் துண்டில் கர்ப்பிணி உறங்குகிறாள்
மீதித்துண்டுக்கும் தரைக்குமாக உருண்ட குழந்தை
தான் பெய்த சிறுநீரிர் மீதே சுருண்டுகொள்கிறது
காலூன்ற இடமற்ற பெட்டியில் சிறு இடத்தைத் தேடுகின்றன
பார்வையற்றவனின் பாதக் கண்கள்
குழந்தையின் குரல்வளையை நெருங்கும் ஒற்றைக்காலைப் பிடித்து
வெற்றிடத்துக்குக் கடத்துகிறான் சக பயணி
சிறுமியின் வயிற்றை நோக்கிய மற்றொரு காலையும்
இந்நேரத்தில் எங்கே வருகிறாய்
சிறுநீர் கழிக்கவேண்டும்

ச்சீ! அங்கிட்டு ஓரமாகப் போ

கணநேரத்தில் பிடியற்று நிற்பதற்றுப்

பெட்டியின் மேற்புறத்திற்கும் கீழ்ப்புறத்திற்கும் நடுவே ஆடுகிறான்

திறந்தும் மூடியும் மூடியும் திறப்பதுமான

திறந்தும் மூடாத மூடியும் திறக்காததுமான நிசப்தங்கள்

ஓங்கித்தட்டுபவர்களுக்குத் திறக்காத கதவு

தட்டாதவர்களுக்கோ தானாகவே திறந்துகொள்கிறது

மலையை மேய்ந்துப் பனியைக் குடித்தல்

பனியில் மறைந்த கரந்த மலையில்
மாடு வளர்த்தாள் அம்மா
மலையை மட்டுமல்லாது
பனியில் தெரியும் மேகங்களையும் மேய்ந்துவிடுகிறது
கன்று குடித்த மிச்சப்பாலைச் சிறிதளவே கறந்து
குழந்தைக்கு ஊட்டுவாள்
தோகையைக் கடிக்காதவாறு கரும்பு வயல் வரப்பிலும்
கதிரை ஒடிக்காதவாறு நெல்லு வயல் வரப்பிலும்
உள்ளங்கையோடு கயிறை இறுக்கி மேய்ப்பாள்
அவ்வப்போது அம்மாவை மீறிக்
கதிரையும் தோகையையும் தின்றுவிடுகிறது

நன்கு ஊறிய பிண்ணாக்கைச் சப்பிச் சப்பி
மோவாயால் நீரைக் கலக்கிவிடும்
மேலெழும் நெல்லுச் சோற்றைத் தின்று
நண்பகல் குழிதாடியில் மினுங்கும் சூரியனைக் குடித்துவிடுகிறது
பின் நீரற்ற குழிதாடியில் சிறு சிறு மூங்கில் கிளைகளாலான
தட்டியை எடுத்து
காய்ந்த தென்னைமட்டையால் கலக்கிவிடுவாள்
இந்தக் கரந்த மலையின் சிறுகுடி அவள்

பச்சோந்தி

தட்டான்கள்

மழை நின்ற பின்
மெட்ரோ பாலம் கசிந்து ஒழுகுகிறது
பாதசாரிகளின் உச்சிமண்டையில்
சொட்டுச் சொட்டாக
சாலையைக் கடக்கும் பதற்றத்தில்
பேருந்தின் கதவிடுக்கில் சொட்டுகிறது
மழை சுமந்த பை
வாகனங்களின் ஹாரன் ஒலிகளுக்கு ஊடாகச்
சாலையின் ஒருமுனையிலிருந்து மறுமுனைக்குச்
சிறகடித்துக்கொண்டே இருக்கின்றன தட்டான்கள்

க்ளிக் க்ளிக் க்ளிக்

பனி மூடிய கடற்கரைக்கு
செல்பேசியோடு சென்றேன்
கடலிடம் நீலமில்லை
வெண் நுரைகள் கரையும் பெரும் அலைகளில்லை
செல்பேசியிலிருந்து துள்ளி
வலைபடாத மீன்கள்
கடலுக்குள் பாய்கின்றன

ஆற்றைக் கவ்வுதல்

பாறைகளுக்கு நடுவே அசைந்தாடும் அடையாற்று எருக்கம்பூ
வேர்களில் கட்டிய நீண்ட கயிற்றிலிருந்து
கரைக்கும் கரைக்குமாக மேய்கிறது கன்று
வானுயர்ந்த கட்டடத்தின் பிம்பம் தேங்கிய நீரில் அலையடிக்கும்
அப்பிம்பத்தின் மீதுதான் தலைகீழாய்ப் பறக்கும் கொக்கு
நீள்வடிவப் பாறையில் உம்மென்று அமர்ந்திருக்கும் புறா
காக்கையோ உடல் அலசுகிறது
வெங்காயத் தாமரை விலக்கிய நீர் உறிஞ்சும் மைனாக்கள்
பாலித்தீன் குப்பை எங்கும் அங்கும் இங்குமாக அலையும்
ஆற்றைக் கவ்வியபடி நடக்கும் நாய்
ஆம்புலன்ஸ் சத்தத்தை அசைவற்றுக் கேட்கிறது
துண்டு துண்டு தெர்மாகோல் சிதறிக்கிடக்க
சதுரவடிவ தெர்மாகோல் மட்டும் கரையொதுங்கிக் கிடக்கிறது
ரயில் கடக்கும் தண்டவாளச் சத்தத்தில்
அறுந்தோடி மறைந்தது கன்றின் கயிறு மட்டுமல்ல

எஞ்சிய கனவு

வேரோடு சாய்ந்த
புளிய நிழலைக் கேட்கும் மாட்டுக்கொம்பு
ஆற்றில் அழுகிய
வேப்பிலைகளை ஆட்டின் வயிறு கேட்கும்
நீரில் மூழ்கிய நாற்றுக் கட்டுகளை
அம்மாவின் கட்டை விரல் கேட்கும்
நாய்கள் தின்னும் மாட்டின் காம்புகளை
கன்றின் முட்டல் கேட்கும்
மரித்ததையெல்லாம்
விளைந்த கரையைத் திறந்து
அடைத்து பூட்டியுள்ளேன்
அதன் மீது முளைக்கும் புட்களுக்காக
எஞ்சிய விலங்குகளை
என் தொழுவத்தில் வளர்த்திருப்பேன்

பிடுங்கப்பட்ட பூர்வீகக் கனவு

பிடுங்கப்பட்ட நிலத்தின் நினைவோடு
அங்கிருந்து புறப்படுகிறோம்
அப்பாவின் முதுகில் கிணறு தொங்குகிறது
அதனுள் ஆமையும் மீன்களும் நீந்துகின்றன
அம்மாவின் விரலில் களிமண் ஒட்டியிருந்தது
அதன்மீது நெல்லும் கரும்பும் நடப்பட்டிருந்தன
அக்காளின் தோள்களில் மாடு மேய்கிறது
காம்பைக் கவ்வியிருந்தது கன்றுக்குட்டி
தங்கையின் இடுப்பின்மீது
அடிகுழாயும் நீர்பொங்கும் பானைகளும்
தம்பியின் சட்டைப்பையிலோ
பூனையும் டவுசரில் கோழிகளுமாக
எல்லோர் தலையிலும் சமமாகப் பகிர்ந்து சுமக்கிறோம்
பாட்டன் கட்டிய வீட்டை

இன்னொரு வாத்து

கம்பி வேலியிட்ட தெப்பக்குளத்தில்
மிதந்தபடி நகர்கின்றன தாமரை இலைகள்
அவ்விலைகளின் மீது சவாரி செய்கின்றன
குட்டிக்குட்டிப் பனிக்கட்டிகள்
துடுப்புக் கால்களால் நீந்திய வாத்து
படிக்கட்டில் நின்று சிறகுகளை அலசும்
பட்டையான அலகு கொத்தியதில்
குளத்தின் மீது உதிர்ந்த இறகொன்று
இன்னொரு வாத்தைப் போலவே நீந்திச் செல்கிறது

மீச்சிறு

ஒரு சின்னஞ் சிறு காட்டின் மீது
பென்னாம் பெரிய சாலை
விரைந்து விரைந்து பறக்கின்றன லாரியும் வண்ணத்துப் பூச்சியும்
லாரி மீது வண்ணத்துப் பூச்சியும்
வண்ணத்துப் பூச்சிமீது லாரியுமாக

பூண்டுத் தலையணை

அடுப்பை மூட்டி வைகறையை எரிக்கும் அம்மா
உலையிட்ட அரிசியில் வீட்டின் பசியாற்றுவாள்
கழற்றிப்போட்ட துணிகளைச் சூரியனில் காயவைப்பவள்
வேலையிடத்தில் சேகரித்த உப்பை
இரவு உணவில் கரைத்துக் கொடுப்பாள்
உண்டு பேசி உறங்குவதற்கு முன்
பூண்டுப் பற்களால் திசைகளை எறிந்த அம்மா
மேலும் ஒரு பூண்டைத் தலைக்குவைத்து உறங்கிவிடுவாள்

சோளத்தட்டைகளை அறுக்கும்போது
மார்கழிப் பனியையும் சேர்த்தறுத்தாள் அம்மா
தட்டையோ அவளின் ஆள்காட்டி விரலை ருசித்தது
பொத்துவழிந்த ரத்தத்தைச் சப்பிக்குடித்து
அடுத்த தட்டையை அறுக்கிறாள்
பதறிப்போன அப்பா
மூக்குப் பொடியால் கிழிந்த சதைப்பள்ளத்தை நிரப்புகிறான்
மீறிப்பாயும் ரத்தத்திற்குத்
தன் மார்பின் மஞ்சளைப் பூசினாள்
மூக்குப்பொடியிலும் மஞ்சளிலும் ரத்தம் ஊற ஊற

பச்சோந்தி

மொத்தக் காட்டையும் அறுத்துக் கூம்புவடிவக் கோபுரம் செய்தாள்

தொழுவத்து மாட்டின் சாயங்காலப் பசிக்கு

அத்தட்டைகளைத் துண்டு துண்டாக்கினார் அப்பா

மாட்டின் கடைவாயில் ஒழுகும் காட்டுக்கு

அம்மாவின் ரத்த வாசம்

கரியான் வீடு

கரந்த மலைக் காற்றில் மழை ஒழுகும் காரவீடு
வடக்கு வாசல்கொண்டது
கர்ப்பிணியின் வயிறெனக் காய்த்த காய்களோடு
வாசலில் மஞ்சள் பூசணிப்பூக்கள்
குனிந்த கடினமான ஆறு இதழ்களைக்கொண்ட கற்றாழைப் பூக்கள்
நட்சத்திரங்களைப் போலிருந்தாலும்
விரியாத தருணத்தில் என் பால்யகால அம்மாவின் காதணிபோலும்
மேற்கில் குறுகுறு ஊசி முட்களையுடைய ஊமத்தங்காய்கள்
ரேடியோ குழாய் வெண்ணிறப் பூக்களுமாக
நசுக்கமுடியா எலுமிச்சை குறுமொட்டை நுகர்கையில்
அதன் வாசத்தில் ஒட்டிக்கொண்டது என் நுனிமூக்கு
வீட்டின் பின்புறமுள்ள
கொய்யாக்காய்களைப் பறித்துக்கொண்டிருக்கும் அம்மாவிடம்
செம்பருத்திப் பூக் கேட்டு அடம்பிடிக்கிறான் மகன்
அவன் நடக்கப் பழகியது தனக்குத்
தொல்லைதருவதாய்ச் சலிப்படைகிறாள்
வேர்களில் இலைக்காம்புகள் முளைக்க
பருத்த மலர்க்காம்புகளோடு தேன் சுமக்கும் வாழைப்பூக்கள்
உள்ளிதழோ மகளின் மிருதுவான முத்தத்திற்கு இணையானது

கிழக்குத் தெருவின் கடைசியிலுள்ள கரியான் வீட்டுக்குச் செல்லும்
பாதையின் இருபுறமும் அடர்ந்த உண்ணிச் செடிகள்
தோராயமாய்க் கடுகைவிட ஐந்துமடங்கு பெரிதான காய்களோடு
இளஞ்சிவப்பிலும் வெண்ணிறத்திலும்
கொத்துக்கொத்தாய்ப் பூத்துள்ளன
மாலையில் பெய்த மழைக்கு சிமெண்ட் சாலைகளிலிருந்து
ஆவிகள் பறக்கின்றன
அவை மூதாதையரின் பாத எலும்புகளை ஒத்துள்ளன
உப்பும் மஞ்சளும் தடவப்பட்ட உலர்ந்த மாட்டுக்கறியைக்
கோணியில் சேமிக்கிறான் கிழவன்
அக்கோணியிலிருந்து பரவும் வாசம்
பெய்யும் நிலவின் பசியைக் கூட்டக்கூடும்
சுட்ட கறியைத் தின்று
வயிறு புடைத்துப் புரண்டு புரண்டு உறங்கும் கிழக்குத்
தெருவும் மேற்குத் தெருவும்

பனியில் நடுங்கும் நிழல்

விண்மீனற்ற யாமத்தில்
உன் கூந்தலின் நறுமணத்தைத் தேடியலைகிறேன்
மின்கம்பத்தின் இரண்டு விளக்குகளோ
மஞ்சள் அப்பிய உன் மார்பகங்களை நினைவூட்டுகின்றன
எட்டாத உயரத்தை அண்ணாந்து பார்க்கையில்
அவை மஞ்சள் ஒளியைப் பெய்கின்றன
தூரத்தில் எரியும் பனியில் கரையாத குங்குமம்.
உன்னை நினைவூட்டும்
செல்போன் டவர் சிவப்பு விளக்கு
காற்றின் ஈரத்தில் பிசுபிசுக்கிறது
நம் கார்காலக் கூடலின் வியர்வை
உன் கணுக்கால்களை ஒத்த
ஓர் இரவைக் கழிப்பது
ஜென்மத்தைக் கழிப்பதற்கு நிகரானது அன்பே!

பாதசாரிகள் இப்போது பாதையைக் கடக்க வேண்டாம்

அமிலம் மிதக்கும் புகைக்குள் மாநகரச் சாலை மூச்சுத் திணறுகிறது
நகராமல் ஒதுங்காமல் நடுவில் நிற்கிறேன்
எதிர்ச்சாலையின் சக்கரத்தில் நசுங்கித் தெறிக்கும் மழை
நறுமணம் கமழும் ஆடையை நனைக்கிறது
கந்தகப் பந்தலில் பெய்யும் மழையே
நீ இன்னொருமுறை பெய்து
என் சட்டைச் சேற்றினை அலசமாட்டாயா

மூடிய துப்பட்டாவிலிருந்து கண்களைக் கொடுத்தவள்
சிரிப்பை செல்போனுக்குள் ஊற்றுகிறாள்
பின்பக்க வாகனத்திலிருந்து இடைவிடாது ஒலிக்கிறது ஹாரன்
அருகிலிருக்கும் குப்பைக்கிடங்கின் நுரையீரலைப் பிடுங்கும்
அழுகிய முட்டை
அடிவயிற்றில் ஒளிர்ந்தபடி தட்டானாய்ப் பறக்கிறது விமானம்

மெட்ரோ ரயில் பாலத்தின் காக்கைக் கூட்டை
வெளியே அமர்ந்து வெறிக்கிறது புறா
வெட்டப்படும் தொழிற்நுட்பப் பூங்காவின் ரிப்பனோடு
யாருமற்ற சாலை அமைச்சருக்காகக் காத்திருக்கிறது
பாதசாரிகள் இப்போது பாதையைக் கடக்க வேண்டாம்
பாதசாரிகள் இப்போது பாதையைக் கடக்க வேண்டாம்

நல்ல விளம்பரங்கள்

மேம்பாலமொட்டிய அரசமரம் எல்லாத்

திசைகளிலும் வேர்விட்டிருந்தது

அதன் உச்சிக்கிளைக் கூடுகளின்மீது ஒளிர்கிறது சூரியன்

மெலிந்த குள்ளமான சுவரின் மேற்கூரையில்

ஆணிகளால் அறையப்பட்ட ஆஸ்படாஸ்

மேகமும் சூரியனும் கசியாதவாறு

விளம்பரப் பதாகைகளால் மூடப்பட்டுள்ளது

காற்றில் கூரை பறக்காதவாறு காய்ந்த மூங்கில் கிடத்தப்பட்டுள்ளது

வரிசைப்படுத்தியபடி செங்கற்களுூர்

கூவத்தைக் கடந்தும் மல்லிக்கொடி மணக்கிறது

பப்பாளி கனிந்திருக்கிறது

சடாப்பிடியாய் முருங்கையும் காய்த்திருக்கிறது

எண்ணெய் படிந்த தலையணையைக் கூரையில்

எறிந்து காயவைத்தவள்

மெலிந்த குட்டிச்சுவர்மீது ஏறி நின்று குதிங்கால்

நடுங்க நீர் ஊற்றுகிறாள்

பிளாஸ்டிக் தொட்டியிலுள்ள கற்றாழைக்கும் ஓமவல்லிக்கும்

வெளிச்சம் பாய்கிறது

வாகன வெளிச்சத்தில்
ஒளிர்ந்து இருளும் மேற்கூரையற்ற வீடு
இருட்டை முக்காடிட்டுச்
சாய்ந்த மின்கம்பத்தில் அமர்ந்திருப்பவர்கள்
ஒளியிடம் கையேந்துகிறார்கள்
மின்கம்பியில் காயும் துணிகள்
முன்பனியை நனைக்கும்
மத்தியான நிவாரணப் பதாகையைப் பின்தொடர்ந்து சென்ற கால்கள்
எதிர் மின்கம்பியில் தூளியாடுகின்றன
வெளிச்சம் பாய்கிறது
சாலையின் ஓரம் கூட்டம் கூட்டமாக
வாகனமும் வீடுகளும் அமிழ்ந்திருக்கின்றன

தலைச் சக்கரம்

துண்டிக்கப்பட்ட தலைகளைச்
சக்கரங்களாக்கி வேகமாகப் பறக்கிறது ரயிலொன்று
ரத்தம் உறைந்த தண்டவாளங்களை மோப்பம் பிடித்து அலைகிறது
சங்கிலி அறுந்த விலங்கொன்று

மூடிய அதன் கண்கள் தெறிக்கும் ரத்தத்தையே வெறிக்க
காதுகளில் வழியெங்கும் ஒலிக்கும் ஒப்பாரி ஒழுகுகிறது
அசைவற்ற நாக்கிலிருந்து கசியும்
கடைசிக் கணத்தின் மீறல்

கிடந்த இடத்தை வாரி அணைப்பவளின் கண்ணீர்
அவ்வளவு கனக்கிறது
அக்கரிப்பில் மூழ்குகிறது
எலும்புகள் நிறைந்த சரக்கு ரயிலொன்று

தொழுவம்

மின்னலில் ஒளிர்கிறது தொழுவத்து மாடு
அம்மாவெனக் கத்துகிறது கயிரற்ற திண்ணைக் கன்றுக்குட்டி
தலைகீழான உரல்கல்லில் முறுங்குகிறது கயிறு
எழுந்த கன்றோ இடிச்சத்தத்தில் அதிர்கிறது
மார்க்காம்புகளில் மழையோடு மழையாகக் கொட்டுகிறது பால்
பயிரைக் கொட்டிய அப்பா
கோணிப்பையை முக்காடிட்டுப்
பக்கத்துத் தொழுவத்தில் மாட்டைக் கட்டுகிறார்
அந்த மார்கழிக் காற்றில் அடங்கியது
தாயற்ற கன்றின் பசி

அடைகாக்கும் நிழல்

மானின் ஒரு கொம்பு
பூமியைச் செருகியுள்ளது
மறுகொம்பு வானத்தை
அதன் நிழல் அடைகாக்கிறது
புழுக்களை நண்டுகளை
எல்லையற்றுப் பரந்து விரிந்த
அலையாத்திக்காடுகளின் மரண வாசத்தை

மாமிசப் படுக்கை

மாட்டுக்கொம்புகளால் நெல்குத்திய என் பாட்டி
தன் கூன் உடம்பைச் சாயாதவாறு
அதன் முதுகெலும்பைக் கைத்தடியாக்கினாள்
என் பாட்டன் உரித்த மாட்டுத்தோலை விரித்து
பாட்டியின் நரம்புகளை ருசித்துள்ளான்
அவளும் இவன் எலும்புகளைக் கடித்துள்ளாள்
வழுவழுக்கும் தோல்களிலிருந்து இருவரும் வழுக்கி விழுந்தனர்
பசித்த உதடுகளால் மார்க்காம்புகளைப் புசித்தவர்கள்
ஈரலைச் சூரியனில் வாட்டித் தின்றனர்
நான் வளவளப்பான இளம் மாட்டுக் கறித்துண்டுகளால் ஆனவன்
என் அப்பன் முதுமையான காய்ந்த கறிகளால் ஆனவன்
என் பிள்ளையோ கன்றின் கறிகளால்
இப்போது நாங்கள் பழைய மாட்டுக் கொம்பால்
புதிய மாட்டின் குரல்வளையைக் குத்திக்கொண்டிருக்கிறோம்

சுட்ட ஒருவனும் சுடப்பட்ட ஒருவனும்

சுட்ட எலும்புகள் நெளிந்துகொண்டிருக்கும் சாம்பலைக்
கண்ணாடிக்குவளையில் உற்றுப்பார்த்தேன்
அச்சாம்பலை அள்ளி தலையில் தூவி
வாயிலிட்டு ருசித்த ஒருவன்
நட்சத்திரப்பற்களில் ஒட்டிய மஞ்சள் கறைகளை நீக்கிய ஒருவன்
அடகுவைத்த அண்டாவைத் துலக்கும் ஒருவன்
சுண்டுவிரல் எலும்பால் காதுகுடையும் ஒருவன்
முதுகெலும்பைக் கைத்தடியாக்கிய ஒருவன்
மணிக்கட்டைக் கடிகாரமாக்கிய ஒருவன்
ஒருவன் ஒருவன் ஒருவன்
வழக்கம்போல அவனைக் கைவிடுங்கள்
ஓர் ஊர்வலம் எப்போதும்
இறந்த வீதியில்தான் போய்க்கொண்டிருக்கிறது
அவ்வூர்தான் இறந்து வலம் வருகிறது

கார்காலக் கடற்கரையின் மின்மினிகள்

முழு நிலவின் ஒளியைக் கரைசேர்க்கும் கடல்
கரையைப் பறித்துச் செல்கிறது
மின் கம்ப வெளிச்சத்தில் பறக்கும் உப்புக்காற்று
நாசியை நனைக்கிறது பச்சை மீன் வாசத்தோடு
கரையில் உலரும் வலைக்கும் கப்பலுக்கும் நடுவே
சுற்றியலையும் எலி
கம்பத்தின் வேரில் உள்ள பொந்தில் ஒளிகிறது
விண்மீனோ நெருப்பில் வாட்டும் மீனாய்
திறந்து மூடிய காரின் கண்ணாடிக்கு
அரியும் மீனிலிருந்து ரெண்டாக அறுந்து சொட்டும் கடல்
பொத்தி மூடவரும் செல்போன் வெளிச்சத்திலிருந்து
தப்பித் தப்பிச் செல்லும் நண்டின் நிழல்
அதன் அருகில் துண்டு துண்டாக உடைந்துகிடக்கும்
களிமண்ணாலான கடவுள்
கடலுக்குள்ளும் செல்லாமல் கரைமீதும் ஏறாமல்

அலைக்கழியும் கூதிர்

கூதிர்காலம் இழுத்துச்செல்கிறது
வீட்டை
தொழுவத்தை
கொடிக்கயிற்றை
கிணற்று நிலவை
மொட்டைமாடி மேகங்களை
ஆகாய வனங்களை
ஒன்றையொன்று சுமந்தும்
ஒன்றையொன்று விடுவித்தும்

மொச்சை வாசனை

காய்ந்த மாமரத்தால் மொச்சையை வேகவைப்பவள்
அடுப்புச் சாம்பலை அவரை வேர்களில் தூவுகிறாள்
கள்ளியோரம் சாம்பல் கூடையைத் தட்டும்போது
காற்றில் பறக்கும் துகள்களில் செழிக்கிறது
உளுந்தும் பச்சைப் பயிரும்
காடு புகுந்து வீடு புகும்
அவள்
நரம்பெல்லாம் மொச்சை வாசனை

இரண்டே எறிதலை இழுத்துச் செல்லுதல்

சீமை ஓடுகளில் செருகி

சிமெண்ட் தரையில் குத்தி நிற்கிறது சூரியக் கம்பி

பயண அசதியில் உறங்குகிறார் அப்பா

ஒளிக்கம்பி நெற்றியில் குத்தி

நடுமண்டைக்கு நகர்கிறது

புழுதி பூசிய கைகால்களோடு

வீடு வந்த மகள்

உறக்கத்தை உதறி அப்பாவை எழுப்புகிறாள்

மல்லாக்கப் படுத்திருந்தவர்

வலப்பக்கமாக ஒருக்களிக்கிறார்

ஐந்து நாட்களாக திருகு குழாய் அடியில்

வெயில் நிரம்பிக்கிடக்கின்றன பிளாஸ்டிக் குடங்கள்

அப்பாவின் இமைகளைத் திருகினாள்

கண்களுக்குள் தடக் தடக் இரயிலொன்று

தண்டவாள இருட்டை விரட்டியது

பின்பு உறக்கத்தை மடிக்கையில்

குப்புறப் படுத்துக்கொள்கிறார்

முதுகெங்கும் கோரைப்பாயின் கோடுகள்

உறக்கம் கலைந்ததும் அப்பாவின் கண்கள் தேடின

மகளோ!

விரல் சப்பியபடி நீலப் போர்வையில் உறங்குகிறாள்

சந்தைக்குச் சென்ற அப்பா

சிறுமலைப் பிரிவில் ரெண்டு படி வேர்க்கடலை வாங்கி வந்தார்

டிக் டாக்கை கடித்துத் தின்று

முந்திரிப் பருப்பில் பிறைநிலவைக் கொறித்துக்கொண்டிருந்தாள் மகள்

பின்பு ஊருக்குக் கிளம்பிய அப்பாவிடம்

ஏம்ப்பா என்னை விட்டுட்டுப் போற

ஏம்ப்பா என்னை விட்டுட்டுப் போற

என்ற கேள்வியில் அப்பாவைத் தொங்கவிடுகிறாள்

சரி அப்பாவுக்கு டாட்டா சொல்லுமா என்று

உடைந்த குரலில் அம்மா சொல்ல

மகளோ

உள்ளங்கையிலிருந்த இரண்டு பச்சை வேர்க்கடலைகளில்

ஒன்றை அப்பாவின் நெஞ்சின்மீதும்

மற்றொன்றை வயிற்றின்மீதும் எறிந்தாள்

முதல் எறிதலில் பொத்துக்கொண்ட மார்பையும்

இரண்டாம் எறிதலில் பிய்த்துக்கொண்ட குடலையும்

தரதரவென்று இழுத்துக்கொண்டு

கடைசிப் பேருந்துக்கு ஓடுகிறார் அப்பா

விழாத சத்தம்

சின்னமலை பேருந்து நிறுத்தத்தில்
சில்லரையைப் புடைத்தபடி
பாத்திரம் நகர்கிறது

அது சப்பாத்திடம் நிற்கிறது
சாலை நகர்கிறது
செல்போனிடம் நிற்கிறது
அலைக்கற்றைகள் நகர்கின்றன
புத்தகப் பையிடம் நிற்கிறது
பக்கங்கள் நகர்கின்றன

அப்பேருந்து நிறுத்தத்தில்
சட்டெனத் தொடங்கிய மழை
பாத்திரத்தை நிறைத்துவிடும்

ஒருவிதம்

ஒவ்வொரு பெட்டியும் ஒருவிதம்
ஒவ்வொரு பெட்டியிலும் ஒருவிதம்
செய்தித்தாள் படித்தபடி
சிற்றுண்டி உண்டபடி
புத்தகம் வாசித்தபடி
செல்போன் பேசியபடிதான் எனினும்
முன்பனியைக் கடந்துசெல்லும்
ரயிலைக் கடக்கவே முடியவில்லை

முன்பனியை எரியூட்டுதல்

முன்பனிக் காலத்தை நெருப்பை மூட்டி எரிக்கும் கிழவன்.
கொழுத்து எரியும் அந்நெருப்பில் எறிகிறான்
காலையில் அறுத்த ஐந்து ஆட்டின் இருபது கால்களை.
மொறுமொறுவெனக் கருகுகின்றன கால் மயிர்கள்
சிறு குச்சியால் புரட்டிப் புரட்டி வாட்டிய பின்
ஒவ்வொன்றாய் எடுத்துப் பனியின் மீது எறிந்தவன்
கருகிப் படிந்த மயிர்களைக் கத்தியால் நீக்கி
சதையொட்டிய எலும்புகளைத் துண்டு துண்டாக நறுக்குகிறான்.
ஆவி பறக்கும் வெந்நீரில்
மிளகு சீரகம் மஞ்சளோடு உப்பும் காரமும் சேர்த்துக் கொதித்த சூப்பை
அலுமினிய டம்ளரில் உறிஞ்சும் சத்தம்
ஆடு நீராகாரம் குடிக்கும் ஒலியை ஞாபகமூட்டுகிறது

ஒளியும் இருளும்

நாம் ஒளியிலும் இருக்கிறோம்
இருளிலும் இருக்கிறோம்
அந்த ஒளியும் இருளும்
உன்னுடையதுமில்லை
என்னுடையதுமில்லை

நாம் ஒளியற்றும் இருக்கிறோம்
இருளற்றும் இருக்கிறோம்
அந்த ஒளியின்மையும் இருளின்மையும்
உன்னுடையதும்
என்னுடையதும்தாம்

கும்மிருட்டு

மேம்பாலத்தின் கும்மிருட்டிலிருந்து

கேட்கிறது

மாடுகளின் மணியோசை

கோழிகளின் சிறகசைப்பு

பூனைகளின் மியாவ்! மியாவ்!

நாயின் லொள் லொள்

மேம்பாலத்தில் மூழ்கியுள்ளது ஆறு

நதியின் மீது மாடு இறந்தபடி செல்கிறது

சற்று நேரத்துக்குமுன் குப்பையை மேய்ந்துகொண்டிருந்த
அதன் வலது கண்களுக்குள்
நிலாவும் விண்மீன்களும் சஞ்சரித்தன
ஆதாரமாய்ப் பாதி பாலித்தீன் வாய்க்குள்ளும்
மீதி நதிக்குள்ளுமாகத் தோணியைப் போல்
ஊரெல்லாம் நீர்தேடி அலைந்து
தரை விழப்போன கன்றின் கண்ணீரைக் குடித்தது
கன்று தாய்ப்பசுவின் கண்ணீரை
இப்போது அதன் வயிற்றுக்குள் நதி சீறிப்பாய்ந்தபடி ஆர்ப்பரிக்கிறது
கரைமீதோ அலறியபடி துரத்துகிறான் மேய்ப்பன்
கரை விழுங்கிய நதியில் மேய்ப்பனும் பசுவும்

இடம் வலம்

அரளி வீசும் கந்தகக் காற்றை உள்ளிழுத்தபடி
புறப்படுகிறது பேருந்து
புழுதி போர்த்திய கண்ணாடி ஜன்னல்
தவறி விழுந்தால் கைகளைத் துண்டித்துவிடும்
ஜன்னலுக்கு மேலுள்ள கண்ணாடி
விளம்பர ஸ்டிக்கர் வெளியை மறைத்துள்ளது
காதுகளை ஓய்வாக வைக்கமுடியவில்லை
மழை பெய்தால் அருவி பெருகி
ஓடைகள் ஓடக்கூடும்
பிரேக் பிடித்தால்
பிடியோடு சரிந்து விழக்கூடும்
பெண்ணின் தோளின் மீது
தாடைவைத்து வலதுபக்கம் முழிக்கிறவன்
டிக்கெட் வந்துருச்சா எனக் கேட்கிறான்
நடத்துநரோ இடதுபக்கத்தில் இருக்கிறார்
நகரமுடியாமல் கடுக்கிறது பாதம்
குப்புறக்கிடக்கும்
போதையில் ஆடும் நடைமேடை

உலக்கை

இடிக்கத் தொடங்கியது உலக்கை
சோளமும் கம்பும் அரிசியும் உதிர்கின்றன
வானத்தின் உச்சியையும் பூமியின் அடியையும்
மாறிமாறி இடிக்கிறது கைகளற்ற உலக்கை
தெறிக்கும் தானியங்களைக்
கவ்விச் செல்கிறது கடைசிப் பறவை
உலை கொதிக்கிறது செல்போன் வெளிச்சத்தில்
உரலிலிருந்து உருவி
எப்போதும் புழுத்துப்போகாத உலக்கை
அந்தரத்தில் நிற்கிறது

தானியக் கல்லறை

நஞ்சையில் உடலை விதைத்துச் சூரியனுக்குத் தலையை நீட்டி
பனித்துளிக்கு வாய்பிளக்கிறோம் கருகிய பயிராய்
ஒருசொட்டு மழைக்கு நாக்கு வறண்டு காய்கிறோம்
ஒரேயொரு நெல்மணிக்குக் குடல் வதங்கிச் சுருங்குகிறோம்
அனாதரவற்ற அந்திகளில் வெப்பம் தின்று இருட்டைக் குடிக்கிறோம்
கண்ணீரை உருட்டி நாக்கை நனைக்கிறோம்
மண்புழுவின் நெளிவை டி.எம்.டி கம்பிகளில் குத்திக் கிழித்தோம்
தொரட்டிப் பிடியை பொக்லைனில் வெட்டி எறிந்தோம்
குரும்பைக் கயிருக்குக் கருத்த கழுத்தையும்
காய்ந்த பயிருக்குப் பசித்த உயிரையும் பருகக் கொடுத்து
ஊரோரம் இருக்கும் வயலோரம் கரையெழுப்பி
வளர்க்கிறோம் தானியக் கல்லறையை

மிச்சமிருக்கும் முதுவேனிற்கால விதைநெல்லை
உலக்கையில் குத்துங்கள்
கஞ்சி காய்ச்சிக் கூழாங்கற்களைக் கடித்துக்கொள்வோம்.
ஓ... விதைநெல்லைப் பாலுக்கு வித்தாச்சா?
காய்ந்து விறுபட்ட களிமண்ணையாவது கண்ணீரில் கரையுங்கள்
ஒரு சொம்புக் கூழ் குடிப்போம்.

ஓ... களிமண் அர்த்த ராத்திரியில் கொள்ளைபோச்சா?

சரி! சுண்ணாம்புச் சுவரைப் பெயர்த்து உதிரத்தோடு கிண்டுங்கள்

ஒரு டம்ளர் செம்மண் பானம் பருகுவோம்

அய்யோ! சுவர்களை அதிகாலை பொக்லைன் கொத்திப்போச்சா?

ம்ம்ம்... நடைபாதை இருட்டைச் சுத்தம் செய்யுங்கள்

குருட்டுத் தெருவிளக்கின் அடியில் ஒரு மெழுகுவத்தி ஏற்றி

கொசுக்களைக் கொன்று துவையல் செய்வோம்

தேள் வண்டு பூரான் கிடைத்தால்

எலி எலும்போடு வாணலியில் வறுத்துத் திங்காமலா விடுவோம்

அலைக்கற்றை முத்தம்

செல்போனில் கேட்கும் ஊதாங்குழல் சத்தம்
புறப்படத் தயாராகும் ரயிலின் சத்தத்தைப் போல் கேட்கிறது
அடுப்பின் மீது ஏறும் மகனை
அடிக்கிற சத்தம் காயத்தை உண்டுபண்ணுகிறது.
சற்று நேரத்தில் அவள் பருக்கை நொறுக்கும் சத்தம் பாதியில் நிற்க
அப்பாதியிலிருந்து மார்க்காம்புகள் உண்ணும் சத்தம்
சந்தையில் வாங்கிய அவரைக்காயைத் தின்னும்
ஆட்டுக்குட்டியை விரட்டுகையில் அடைகாக்கும் கோழிச் சத்தம்
வாசல் பெருக்கும் சத்தம்
மாவாட்டும் கிரைண்டர் சத்தம்
துணி துவைக்கும் சத்தம்
மீண்டும் மீண்டும் ஊதாங்குழல் சத்தம்
அழைப்பை அணைப்பதற்குள்

மகள் அவிழ்த்த வெட்கம்

ஆவணிமாத நண்பகலில் மகளோடு குளிக்கச்சென்றான்
நீரூற்றும் அருவியோ அருகாமையில் உள்ளது
இருவரின் ஆள்காட்டிவிரல் நிழலும் வெயிலில் தூளியாடுகிறது
சற்று தூரம் கடந்ததும்
முதுகில் நெஞ்சைக் கிடத்திக் கைகளால் கழுத்தை இறுக்கினாள்
அந்த மென்மையான இறுக்கத்தில் சிறுகச் சிறுக அறுந்தது
அப்பனின் கழுத்து

கனலில் மூழ்கியதுபோல் அன்றைய வெயில்
கருவேப்பிலை போல இருக்கில்ல
அதுதான் வேப்பமரம் என்றான்
கிப்பித் தலைபோல இருக்கில்ல
அதுதான் புளியமரம் என்றான்
தாத்தா காலைப் போல இருக்கில்ல
அதுதான் பனைமரம் என்றாள்

தென்னந்தோப்பில் கொட்டும் போர் தண்ணியில்
ஆடைகளைக் களைந்து குளிப்பவள்
வேட்டியைக் கழற்றிக் குளிக்கச் சொன்னாள்

அவிழ்ந்தது அப்பனின் வெட்கம்

குளித்துக் கரையேறியவர் தன் நிழலைக் குளிப்பாட்டுகிறார்

நீரில் காலூன்றியவளோ

மொண்டுமொண்டு குளித்துக்கொண்டேயிருக்கிறாள்

மின் தடையால் பின்னோக்கிச் சென்ற நீரை

குழாய்க்குள் கண்களை நுழைத்துப் பார்த்தவள்

என்னப்பா தண்ணி கறுப்பா இருக்கு என்கிறாள்

ஊழித்தீட்டு

குறுமிளகுப் பொடியில்
கலக்கிய மாட்டுக்கொழுப்பை
கொடிக்கயிற்றில் தோரணமிட்டு
காட்டுச் சூரியனில் வாட்டித் தின்றோம்
கூடவே கனல் காற்றில் மணமணக்கும் வறுத்த கறியைக்
கடித்து நொறுக்கிய வேத காலச் செம்முக மந்திகளே!
எஞ்சிய எலும்புச் சில்லுகளிலொன்றை உருவி
ஆலகாலத் தயிரைக் கடைவதேனோ
அவ்வெலும்பின் மறுமுனையில்
இடையனின் கண்களைக் கொத்திக் காக்கைக்கு எறிவதேனோ
ஒரு தொப்புள்கொடியைப் பல்லில் அறுக்கும்
காலக்கூத்தில்
சிறு ஈரமடி தொடங்கித் தீயை முடுக்கும் ஊழித் தீட்டே
நீதி... நீதி...
பறையொலியில் பார்துயிலை எழுப்பி
சுள்ளிகளின்மீது குடல்விறைத்து ஆடுகிறோம்
தகிக்கும் கானலில் எம்மைப் பொசுக்கு
எங்கள் அலறலோ... ஆவியோ மட்டும்தான்
நெருப்பின் உயரம் தாண்டும்

கொதிக்கும் எம் சூடான சாம்பலை
நெற்றியில் பூசி மிச்சத்தை வாயிலிட்டு ருசி
தேவாமிர்தம் உயிரில் பாய்கிறதா
இதோ! எம் தொழுவத்தின் பசுமீது முதுகுசாய்ந்தபடி
புல்லாங்குழல் ஊதுகிறான் நம் கிருஷ்ணன்
எம் முதுகுகெலும்பில் கசிகிறது இசை

கட்டிக்கொண்டபடியே

மரவள்ளியின் வேர்களைக் கட்டிக்கொண்டு அழுகிறாள் அம்மா

அப்பாவோ தென்னையின் வேர்களை

வேர்கள் மேகங்களையும்

மேகங்கள் குளத்தை கிணற்றை

ஏரியை மலையை கட்டிக்கொண்டு அழுகின்றன

யாரோ சிரிக்கிறார்கள்

பறவை

மிதக்கும் தனது நிழலையும்
கூடவே சூரியனையும்
உறிஞ்சிக் குடிக்கின்றன பறவைகள்
தேங்கிய நீரில்
கால்களும் நனையாமல் நிழலும் நனையாமல்
பருகும் தருணத்தில் மழையைக் கவ்விப் பறக்கும்
வான் நனைந்து

சமிக்ஞை

கண்களைத்
தரையில் உணரமுடியாதபடி வாகன நெரிசல்
வண்டுகளைப்போல் நகர்கின்றன
தலைக்கவசங்கள்
ஹாரன் சத்தத்தில் கிழிந்து தொங்கும்
செவிமடல்
புழுதி விழுதுகள் ஆடும்
நாசித் துவாரங்கள்
சாலையில் கிடக்கும் கிளையின் நிழலிலும்
சிக்கிக்கொள்ளாமல்
மின் கம்ப நிழலில்
முட்டிமோதாமல் செல்லும் வாகனங்கள்
எப்படியோ பிடித்துக்கொள்ளும் சிக்னல்
விடுவித்தும் விடுகிறது

கண்ணீர்க் குண்டு

செழிப்பான பயிர்களுக்கு நடுவே கதறுகிறாள் அம்மா
தலையிலும் வயிற்றிலும் மாறி மாறி
அடித்துக்கொண்டவள் கையெடுத்துக் கும்பிடுகிறாள்
அருகில் நிற்கும் காவலாளியோ முறைத்தபடி
துப்பாக்கியில் தோட்டாக்களை நிரப்புகிறான்
அம்மா கொஞ்சம் நடுக்கமடைகிறாள்

அம்மா நின்றிருக்கும் நிலம் அவளுடைய
அப்பாவின் வியர்வையாலானது
அவருடைய அம்மாவின் ரத்தத்தாலானது
இப்போதோ அந்நிலம் கண்ணீரில் நனைந்துகொண்டிருக்கிறது

துப்பாக்கி அம்மாவின் மார்பைக் குறிவைக்கிறது
அம்மாவின் கண்ணீரோ காவலாளியை

ஈரல் துண்டுகள்

பிழிந்த ரத்தத்தைக் கண்ணாடிக் கோப்பையில் ஊற்றி
வியர்வை கலந்து சிறிது சிறிதாய் ருசிப்பவன்
ராத்திரி உணவைத் தயாரிக்கிறான்
மண்டை ஓடுகளில் உலை கொதிக்கிறது
உண்டபின் பால்கனி ஈஸி சேரில் அமர்ந்தபடி
சுண்டுவிரல் எலும்பால் பல்குத்துபவன்
பல்லிடுக்குகளை நாக்கால் துழாவித் துப்புகிறான்
காற்றெங்கும் ஈரல் துண்டுகள்

பறையாடும் கொம்புகள்

ஓராயிரம் இதயங்கள் துடிக்கின்றன
ஓராயிரம் கண்கள் ஒளிர்கின்றன
ஓராயிரம் கால்கள் நடனமிடுகின்றன
பறைத் தோல் புற்களை மேய்வதில்லை
பிண்ணாக்கும் தவிடும் கலந்த நீரைக் குடிப்பதில்லை
மார்க்காம்புகளில் பால் சுரப்பதில்லை
மார்க்காம்புகளேகூட இல்லை
அதனால்தானோ என்னமோ அடிக்கப்படுகையில்
இதயமற்றவர்களை இதயம் இருப்பதை மறந்தவர்களை
அது அசைத்துப்பார்க்கிறது
நிற்க இயலாத ஆட்டத்தைக் காட்டுகிறது
துடைக்க முடியாத கண்ணீரைச் சுரக்கச் செய்கிறது
வேடிக்கை பார்த்த மாடுகள்கூட
கொம்புகளைக் கழற்றிக்கொண்டு
வயிற்றின் மீது மாறி மாறி அடித்துக்கொள்கின்றன

யாமத்தில் ஒளியும் எலிகள்

தைப்பனியில் நனையும் பேருந்து நிலையத்தின் நடுவே
குறைந்தபட்ச எலும்புச் சதையுள்ள கிழவி
ஒரு கோப்பைத் தேநீருக்காகக் கையேந்துகிறாள்
அவள் கைகளைத் தட்டிவிட்டவன்
அதிகபட்ச எலும்புச் சதைக்கு ஐந்நூறு ரூபாய் பேரம் பேசுகிறான்
ஷேர் ஆட்டோ அவன் கண்களைக் கூசச் செய்கிறது

மிருதுவான பன்னை தேநீர்க் குவளையில் அமுக்கியவன்
நசுங்கிய வேர்க்கடலை ஓட்டினை வெறிக்கிறான்
பொந்திலிருந்து எட்டிப் பார்த்த எலி
அவன் செல்போன் வெளிச்சம் கண்டு மீண்டும் ஒளிந்தது
உரித்துவைத்த மாதுளை முத்துக்கள்
அவை தாத்தாவின் காரைப் பற்கள்

ரத்தம்

ரத்தம் மெழுகிய வீடு
ரத்தத்தோடு அசையும் காடு
ரத்தம் கெட்டிதட்டிய சாலை
ரத்தத்தின் மீது ஊர்ந்துசெல்லும் ரயில்
ரத்தம் நிலமெல்லாம் ரத்தம்
ரத்தம் நினைவெல்லாம் ரத்தம்
எனது இரத்தமென்று சொல்லமுடியாத அநாதை ரத்தம்
நிழலைக்கூட அருவருத்தவர்கள் தீண்டிச்சென்ற தீண்டப்படாத ரத்தம்
எங்கள் தாலாட்டுகளால் எங்கள் கொஞ்சல்களால் எங்கள் கனவுகளால்
சிறுகச் சிறுகச் சேமித்த சின்னஞ்சிறிய மலர்களின் ரத்தம்
திறந்தே இறந்த எங்கள் கண்களில் உறைந்து கிடக்கும் ரத்தம்
அந்தச் சின்னஞ்சிறிய மலருடையது மட்டுமன்று
தாலாட்டிய பெரும் மலருடையதும்தான்
என் விழிகளின் வெப்பத்தில் உருகி வழிந்து
என் தீண்டப்படாத வாசல் தாண்டி
உலகெங்கும் பரவிக்காய்ந்த ரத்தத்தில் கலந்திருப்பது
அந்தத் தேவடியாப்பயல்களின் ரத்த நெடியும்தான்..

வெட்டுக்காயப் பூண்டு

நுகத்தடி பூட்டிய மாடுகளில் ஒன்று அசையாது நின்றது

அதன் பிட்டத்தைக் காய்ந்த மாட்டுக்கொழுப்பால் அடித்து

வாலை முறுக்குகிறான்

செம்மேகங்கள் திரளும் அதன் வெறித்த கண்களில்

வளிமண்டலம் உறிஞ்சப்படும் அதன் மூக்கின் துவாரங்களில்

கோணியூசிபோன்ற கொம்பின் கூர்முனைகள்

வரப்பைமுட்டி வயக்காட்டில் எறிந்தன

தொரட்டிக் கால்நகங்கள்

காட்டினுள் சிறுகேணியைத் தோண்டின

நின்று நகர்ந்து வளைந்த மாடு

கொழுமுனையால் குறுக்குச்சாலை அமைத்தது

கலப்பையிலிருந்து அதன் பின்னங்கழுத்தை விடுவித்து

ஈக்கள் மொய்த்த காயங்களில் வெட்டுக்காயப்

பூண்டை அரைத்துப் பூச

துள்ளி நிமிர்ந்த மாடு

கைகளை நக்க வருகிறது

ஓர் இடிந்த வீட்டின் ஜன்னலில்

இடிந்த வீட்டின் ஜன்னல் வழியாகப் பார்க்கிறேன்
யாரோ
நிலவை அப்பளமாய்ப் பொரிப்பதை
விண்மீன்களைக் கோணூசியில் கோப்பதை
மேகங்களைப் பஞ்சுமிட்டாயாய் விற்பதை
வானவில்லின் நிறங்களை யாரோ தனித்தனியாகப் பிடுங்குவதை

இடிந்த வீட்டின் ஜன்னல் வழியாகப் பார்க்கிறேன்
இன்னோர் இடிந்த வீட்டின் மேற்கூரையில்
விமானம் பறப்பதை
மேலும் அதன் அடியில் மலைப்பாம்பென மூழ்கும்
மெட்ரோ ரயிலினை

உடையும் சப்தம்

குப்புறக் கிடக்கும் படகின் மீது
அமர்ந்திருக்கும் கொக்கு
கிளிஞ்சல்கள் உடையும் சப்தம்
புதரைப் போர்த்திய மீனற்ற வலை
கடற்கரையைச் சுமந்துள்ளது
கடைவாயில் ரத்தம் ஒழுக ஒழுக
இத்தனை மான் புள்ளிகளா
கரும்பன்றியின் கண்களில்
ஈக்கள் மொய்க்கும் குதிரையின் நாசி
முறிந்த கிளையில்
தலைகீழாய்த் தொங்கும் கலாபத் தோகை
இருளும் மேகங்களுக்கு இடையே
மெல்ல அசையத் தொடங்குகிறது உலகு

கடைசிக் கருப்பை

அவளது கண்ணீரைத் தார்ச்சாலையில் புதைத்தார்கள்

கண்ணீரை மட்டுமா

கிணற்றைச் சுமந்த நிலவை

சூரியன் சுமந்த பனியை

பாதை நகர்த்திய நத்தையை

காடு தின்ற விலங்கை

பழம் தின்ற பறவையை

மீனுக்குள் தளும்பும் ஏரியை

வண்ணத்துப்பூச்சி சுமந்த மலையை

மேலும் அவளின் கடைசிக் கருப்பையை

பார்வையாளர்கள்

ஒரே புயல் ஓராயிரம் முறை சுழன்றடிக்கிறது

ஒரே மனிதன் ஓராயிரம் முறை விஷம் குடித்துச் சாகிறான்

ஒரே மீன் ஓராயிரம் முறை செத்துமிதக்கிறது

ஒரே மான் ஓராயிரம் முறை ரத்தம் கக்குகிறது

ஒரே மின்கம்பம் ஓராயிரம் முறை உடைந்து சாய்கிறது

மழைக்கு ஒதுங்கியவனின் மீது

ஒரே மரம் ஓராயிரம் முறை முறிந்து விழுகிறது

நுகத்தடி பூட்டிய மாடுகளின் மீது

ஓராயிரம் முறை மின்கம்பி அறுந்து விழுகிறது

ஓராயிரம் முறை நாய் கவ்வுகிறது

இப்பூமியை